నీలి నీడల వసంతం

స్వేచ్ఛానుసరణ:

పాలాని సోమరాజు

సిరిల్ ముకలేల్ రచించిన ఇంగ్లీష్ నవల

"లైఫ్ ఇన్ ఏ ఫేస్ లెస్ వరల్డ్"

ఆధారంగా

(Based on Cyril Mukalel's novel,

"Life In a Faceless World")

RODASI PUBLICATIONS

KAKINADA-533004, AP, India

D9900367

NEELI NEEDALA VASANTHAM by PALANI SOMARAJU

(Telugu independent rewrite based on English novel "Life in a faceless world"

By Cyril Mukalel)

Published and distributed by:

RODASI PUBLICATIONS, #8-22-17/11, F6-Vijaya Towers, Datlavari St.,

Gandhinagar, Kakinada-533004, AP, INDIA

and

POTTER'S WHEEL PUBLISHING HOUSE MINNEAPOLIS MN 55378

www.POTTERSWHEELPUBLISHING.com

For permissions contact:

Palani Somaraju (Mobile): +917981152261/+91 9440179164

e-mail: palanisomaraju@rediffmail.com,

Palani Shashi Kiran

e-mails: shashipalani@gmail.com,

info@POTTERSWHEELPUBLISHING.com

ISBN-13: 978-1-950399-16-1

ISBN-10: 1-950399-16-8

ఆంగ్లం లో ప్రాచుర్యం పొందిన "**లైఫ్ ఇన్ ఏ ఫేస్ లెస్ వరల్డ్ (Life In a Faceless World)**" అనబడే తన నవలను, తెలుగు లోనికి "**నీలి నీడల వసంతం**" అనే శీర్షిక తో, స్వేఛ్ఛానుసరణకు నాకు అనుమతినిచ్చి, **తొలిపలుకులు (FOREWORD)** కూడా వ్రాసి ఇచ్చిన మిత్రుడు **సిరిల్ ముకలేల్ (Cyril Mukalel)** గారికి బహుధా కృతజ్ఞతలు.

---- రచయిత

వసుధైక కుటుంబం కోసం కలలు కని, ఆ దిశగా కృషి చేసిన... చేస్తున్న... చేయబోయే... సహృదయులకు... "నీలి నీడల వసంతం" అనే శీర్షిక గల ఈ నవల... రచయితగా నేను సగౌరవంగా సమర్పిస్తున్న ఒక చిరు కానుక.

---- పాలాని సోమరాజు

FOREWORD

Since my childhood, I was always fascinated by summer showers. Once it ceased, I would walk in the soothing sunshine, breathing the chillness-infused breeze. My heart always told me; such blissful moments could sometimes surprise us with amazing blessings. It was on such a pleasant rainbow-skied afternoon in Saint Paul, USA; during the celebration of a festival called "INDIA FEST-2019" by the people of Indian origin; I had the fortune of meeting Shri Somaraju, a man of plausible wisdom, talent, and unsurpassed humility. Our friendship allowed me to enjoy a few of his unpublished poems and stories. His works which foresee a world that lives in harmony; are profound yet simple.

Later, I was overjoyed and honored when Shri Somaraju expressed how much he loved reading *"Life in a Faceless World"*.

"Life in a Faceless World" is not just the story of a faceless girl named *Nila or her struggles. It is also* the beginning of transformation within each one of us and a book that allows us to see beyond our perceptions. Nila is one amongst us and

could be even a part of us. When you read this book, I hope that you will give her a face..., a face we love and adorn, to replace the fences we have created by our differences by accepting and appreciating one another.

Upon a suggestion, Shri Somaraju expressed immense interest in bringing this book to life for Telugu readers. Soon in a very short time, and putting all his heart, he has gifted us with this magnificent book in Telugu language, titled "Neeli Needala Vasantham". No words can express my joy and gratitude to him.

With lots of love,

Cyril Mukalel Thomas (Minneapolis, USA).

(Author of the original novel, *Life in a Faceless World*")

Email: < cyril99@gmail.com>

***

నా మాట

"నీలి నీడల వసంతం" అనే ఈ నవల, స్వేఛ్ఛానుసరణ రచన గా వెలువడడానికి ముఖ్య కారకులు, దీనికి ఆధారమైన "లైఫ్ ఇన్ ఏ ఫేస్ లెస్ వరల్డ్" అనే ఇంగ్లీషు నవల రచయిత శ్రీ సిరిల్ ముకలేల్ థామస్. ఈ నవల లో, ప్రధాన పాత్ర అయిన నీల అనబడే యువతి జీవితం లో ఎదురైన... ఇంకా ఆమె తన బంధు మిత్రుల ద్వారా తెలుసుకున్న... కొన్ని సంఘటనలు చోటు చేసుకున్నాయి.

మనిషి తనకు ప్రశస్తమైన జీవితం లభించాలని అభిలషిస్తాడు. అయితే కొన్ని పరిస్థితుల ప్రభావం వల్ల... వసంత ఋతువు లోని సోయగాలను కారు మబ్బులు క్రమ్మేసినట్టుగా... మనిషి జీవితం లో ఒకొక్క సారి ప్రశాంతత మరుగున పడి విషాదాలు చోటు చేసుకుంటాయి. వాటి తాకిడికి వీగి పోకుండా తట్టుకుని ధైర్యంగా ఆశాభావంతో ముందుకు సాగడమే ఉత్తమమనే అంతరార్థం ఈ నవల లో గోచరిస్తుంది.

మా అబ్బాయి శశి కిరణ్ వలె, ఉద్యోగ రీత్యా శ్రీ సిరిల్ ముకలేల్ థామస్ కూడా ప్రస్తుతం యూ.ఎస్ లో మినియాపోలీస్ నగరం లో స్థిరపడ్డారు. ఇద్దరూ మంచి స్నేహితులు. వారిని మొట్టమొదటి సారిగా మినెసోటా రాజధాని సెయింట్ పాల్ నగరం లో ప్రవాస భారతీయులు జరుపుకుంటున్న... భారతీయ సంస్కృతికి అద్దంపట్టే "ఇండియా ఫెస్ట్-

2019" అనబడే ఉత్సవం లో కలవటం జరిగింది. మాటల సందర్భం లో నాకు కూడా రచనా వ్యాసంగం తో పరిచయముందని మా అబ్బాయి ఆయనకు చెప్పటం, వెంటనే ఆయన తన నవలను తెలుగు భాష లో వెలువరించమని నాకు సూచించటం, అది వారు నాకిచ్చిన అవకాశం గా భావించి, నేను దానికి సుముఖతను వ్యక్తం చేయటం జరిగి పోయాయి. కొన్ని రోజుల తర్వాత నేను ఇండియా కి తిరిగి వచ్చేసాను.

శ్రీ సిరిల్ ముకలేల్ థామస్, కేరళ రాష్ట్రానికి చెందిన ప్రవాస భారతీయుడే అయినప్పటికీ ఇంగ్లీషు సాహిత్యంలో కథ, నవల, గేయ రచనల్లో పట్టు సాధించి గణనీయమైన అవార్డులు కూడా పొందారు. వీరి "లైఫ్ ఇన్ ఏ పేస్ లెస్ వరల్డ్" నవల... విభిన్న సంస్కృతుల ఫిక్షన్ కేటగిరీ లో "అమెరికన్ బుక్ ఫెస్ట్" సందర్భముగా నిర్వహింపబడిన పోటీల్లో "ఎవార్డు-విన్నింగ్ ఫైనలిస్ట్" గా ఎన్నుకో బడింది. వీరి రచనల్లో సాధారణ వ్యక్తుల యొక్క జీవన విధానము, వారి వెతలు, వారు కనే కలలు ప్రతిబింబిస్తాయి.

వివిధ ప్రాంతాల మధ్య, వైవిధ్యమైన వర్గాల మధ్య, విరుద్ధమైన మనస్తత్వాల మధ్య సామరస్య వాతావణం ప్రభవించాలనే ఆకాంక్ష వీరి రచనల్లో ద్యోకతమవుతూ ఉంటుంది. భారత దేశ, మరియు పశ్చిమ దేశాల జీవన విధానాన్ని ఆకళింపు చేసుకున్న వ్యక్తిగా సాహిత్యంలో వీరు

చేస్తున్న కృషి కొనియాడదగినది.

కరోనా మహమ్మారి కారణంగా ఇండియా లో లాక్ డౌన్ విధించడం తో, ఇంటికే పరిమితమైపోవడం వల్లనూ... అంతకంటే ముఖ్యంగా బంధు మిత్రుల ప్రోత్సాహం వల్లనూ... ఈ స్వేచ్ఛానుసరణ అతి త్వరలో పూర్తి చేసి, తెలుగులో డిజిటైజ్ చేసి "నీలి నీడల వసంతం" అనే శీర్షిక తో పుస్తక రూపంలో వెలువరించగలిగాను.

ఈ నవల లోని ముఖ్య మైన కథా స్థలాలు ఇండియా లోని కేరళ, కర్ణాటక... అమెరికా లోని మినెసోటా, కేలిఫోర్నియా రాష్ట్రాలు. ఇది తెలుగు పాఠక లోకం కోసం ఉద్దేశించిన నవల కాబట్టి, కథ లోనూ... కథనం లోనూ... పాత్రల చిత్రణ లోనూ... కొన్ని గణనీయమైన మార్పులు చేర్పులు చెయ్యాల్సి వచ్చింది. నాటకాలు, కథలు, కవితలు వ్రాసిన నాకు... స్వేఛ్ఛానుసరణ అయినప్పటికీ, ఇదే నేను ప్రత్నించిన మొదటి నవల అయింది. అందుకు ముఖ్య కారకులైన శ్రీ సిరిల్ ముకలేల్ కు నేను సర్వదా కృతజ్ఞుడను.

నా స్క్రిప్ట్ ను ముందస్తుగా ఆసాంతం చదివి, క్షుణ్ణంగా పరిశీలించి , అమూల్యమైన సలహాలు అభిప్రాయాలు తెలియజేసిన మిత్రులు డాక్టర్ శేరు పోలయ (పారిస్ నగరం, ఫ్రాన్స్), డాక్టర్ కే జే రావు, డాక్టర్

ఐనాపురపు రామలింగేశ్వరరావు, గార్లకు మనస్ఫూర్తిగా కృతజ్ఞతలు తెలియజేస్తున్నాను.

నాకు అడుగడుగునా ప్రోత్సాహమిచ్చి, ఈ నవలను త్వరగా పూర్తిచేయడానికి దోహద పరచిన, మా అబ్బాయిలు శశి కిరణ్, రవి కిరణ్ లకు, నా బావ మరిది... అంతకు మించి మంచి స్నేహితుడు కూడా అయిన శ్రీ పినిశెట్టి వీరభద్రరావుకు... అలాగే డిజిటైజ్డ్ స్క్రిప్ట్ ను ఫార్మెట్ చెయ్యడమే కాకుండ, తగిన తోడ్పాటు ప్రోత్సాహాన్ని అందించిన నా సోదరుల తనయులు పురుషోత్తం రావు, గౌతమ్ లకు... అలాగే వారందరి కుటుంబ సభ్యులకు... ఈ సందర్భంగా, సంతోషంతో నా హృదయ పూర్వక ఆశీస్సులు తెలియజేస్తున్నాను. ఇంకా... ప్రత్యక్షంగానూ... పరోక్షం గానూ... వారి సద్విమర్శలు, సలహాలతో, ఈ నా ప్రయత్నంలో సహకరించిన అందరికి నా మనఃపూర్వక ధన్యవాదాలు.

--- పాలాని సోమరాజు,

***

సహృదయుల అభిప్రాయాలు

***

డాక్టర్. శేరు పోలయ, ప్యారిస్ నగరం, ఫ్రాన్స్.
(కాంప్యుటేషనల్ ఫ్లూయిడ్ డైనమిక్స్ లో పిహెచ్. డి.,
వివిధ సాహిత్య ప్రక్రియల పుస్తకాభిమాని... విశ్లేషకుడు.)

ఇరవయ్యో శతాబ్దపు తోలి రోజుల నుండి “ఫ్రంట్ లైన్” మేగజైన్ లో... భారతీయులు ఇంగ్లీష్ లో రచించిన (స్వంతం గా వ్రాసిన లేక భారతీయ భాషల నుండి ఇంగ్లీష్ లోనికి అనువదించిన) సాహిత్య సంకలనాలను సేకరించి ప్రచురిస్తూనే ఉన్నారు.

కొంత కాలంగా, విక్రమ్ సేథ్, అనితా దేశాయ్ లాంటి భారత సంతతికి చెందిన సాహితీ వేత్తలు వ్రాసిన అపూర్వమైన రచనలు ఇంగ్లీష్ పాఠకుల ప్రశంసలు అందుకుంటున్నాయి. అందువలన ఈ సాహిత్య ప్రక్రియలకు తగిన ఆదరణ లభిస్తున్నదనడంలో సందేహం లేదు.

శ్రీ సిరిల్ ముకలేల్ థామస్ వ్రాసిన "లైఫ్ ఇన్ ఏ ఫేస్ లెస్ వరల్డ్" అనే నవల కూడా అదే ఒరవడికి చెందినది కావడం వల్ల, శ్రీ పాలాని సోమరాజు ఆ నవల పై ఆకర్షితుడై, శ్రీ సిరిల్ సూచన మేరకు, సాహిత్యంలో తనకున్న

గణనీయమైన పరిజ్ఞానం తో, తెలుగులోనికి స్వేఛ్ఛానుసరణ నవల గా, తెలుగు పాఠక లోకం ఆస్వాదించే విధంగా మార్పులు... చేర్పులు చేసి, "నీలి నీడల వసంతం" అనే శీర్షిక తో వెలువరించడం జరిగింది. ఈ నవల లోని ప్రతి పదమును తూచి తూచి, కథనానికి పాత్రల ఔచిత్యానికి అనుగుణంగా పదాలను పొందికగా కూర్చి, రచయిత ఈ సాహిత్య ప్రక్రియ లో తన నేర్పరితనాన్ని చాటుకున్నాడు. అందుకు గాను ఈ రచనకు తెలుగు పాఠక లోకం యొక్క ఆదరణ తప్పక లభిస్తుందని నా ప్రగాఢ నమ్మకం.

---- డాక్టర్ శేరు పోలయ,

డాక్టర్ కే. జె. రావు, హైదరాబాద్.
(డాక్టర్ అఫ్ ఆర్ట్స్, కలం పేరు జగన్మిత్ర, రచయిత,
కవి, విమర్శకుడు.)

నా చిన్నతనంలో చదివిన బుచ్చిబాబు "చివరకు మిగిలేది" నవల నాకు బాగా గుర్తు. మధ్యలో చాలా రచనలు చదివాను. మరికొన్ని కరెక్షన్లకోసం, ఇంకా కొన్ని అభిప్రాయాల కోసం చదివినవీ ఉన్నాయి. ఇప్పుడవి పెద్దగా గుర్తు లేవు.

మళ్ళీ ఇన్నాళ్లకు "నీలి నీడల వసంతం"... నీల కేరెక్టర్ తో కొందరి

జీవితాలలోని ముఖ్యమైన సంఘటనలను నా కళ్ళకు కట్టినట్టు చూపించింది. అద్భుతం... అమోఘం... అనన్య సామాన్యమైన రచన. ఏకధాటిగా చదివించింది. రచయిత శ్రీ సోమరాజు తన స్వేఛ్ఛానుసరణ నవలను ఎంతో రసవత్తరంగా కూర్చారు అనడంలో అతిశయోక్తిలేదు. ఎక్కడా ఒక పదం ఎక్కువగా, మరో పదం తక్కువగా పడలేదు. తూకం మోతాదు సరిపోయింది. దీనినిబట్టి, మూల రచన అయిన "లైఫ్ ఇన్ ఏ ఫేస్ లెస్ వరల్డ్" నవలను సిరిల్ ముకలేల్ గారు ఇంగ్లీష్ లో ఎంత అద్భుతం గా వ్రాశారో అర్థమౌతున్నది. అతనికి ఏమాత్రం తగ్గకుండా తెలుగు లో "నీలి నీడల వసంతం" గా వెలువరించిన ఈ రచయితను మనస్ఫూర్తిగా అభినందిస్తున్నాను.

---- డాక్టర్ కే. జే. రావు,

డాక్టర్ అయినాపురపు రామలింగేశ్వర రావు, సూళ్లూరుపేట.

(హిందీ పండిట్, రచయిత, మిమిక్రీ & వెంట్రిలాక్విజం

ఆర్టిస్ట్, మెజీషియన్.)

శ్రీ సిరిల్ ముకలేల్ రచించిన ఇంగ్లీష్ నవల "లైఫ్ ఇన్ ఏ ఫేస్ లెస్ వరల్డ్" కు స్వేఛ్ఛానుసరణ "నీలి నీడల వసంతం". ప్రముఖ విశ్రాంత

శాస్త్రవేత్త, సైన్స్ రచయిత, విమర్శకులు శ్రీ పాలాని సోమరాజు ఏ సీనియర్ రచయిత కు తీసిపోని విధంగా ఈ నవలను తెలుగులో రచించారు.

సోమరాజు గారు చాలా అనుభవమున్న, చేయి తిరిగిన నాటక రచయిత మరియు కవి. నేను డిపార్ట్మెంట్ అఫ్ స్పేస్ లో చేరిన తొలి రోజుల్లోనే (1985) వారు సైన్స్ నాటికలు రచించి స్టేజి నాటికల దిశను మార్చారు. శాస్త్రవేత్త అయిన సోమరాజు గారి రచనల్లో, శాస్త్రీయ దృక్పథం, శాస్త్రీయ అవగాహన అద్భుతంగా ప్రస్ఫుటిస్తుంటాయి. నేను వారి రచనలకు ఆకర్షితుడనై, వారిని స్ఫూర్తిగా తీసుకుని, సైన్స్ విషయాలను జోడించి అనేక రచనలు చేశాను.

"నీలి నీడల వసంతం" శీర్షిక గా గల ఈ నవల... స్వేఛ్చానుసరణ రచనకు మంచి నిదర్శనం అని చెప్పక తప్పదు. మొదటి పేజీ నుంచి చివరి పేజీ వరకు నాచేత ఏకధాటిగా చదివించిన నవలల్లో ఇది ముందుంటుందని చెప్పగలను. కథనం లో బలం, సరైన పదాల కూర్పు, రచనలో మృదువైన ప్రవాహం ఉంటేనే పాఠకుడిని కనులార్పనీయకుండా చదివింపజేస్తుంది. శ్రీ సిరిల్ ముకలేల్ వ్రాసిన ఇంగ్లీష్ నవలకు స్వేఛ్చానుసరణతో తెలుగు నవలగా వెలువరించటంలో రచయిత తెలుగుదనాన్ని, భారతీయతను జోడించి, ఒక ప్రక్క కథా వస్తువుకు, కథా స్థలానికి అనుగుణంగానూ, మరొక ప్రక్క పాత్రల ఔచిత్యాన్ని కాపాడుకుంటూ... రచనను అత్యంత ఆకర్షణీయంగా కొనసాగించారు.

రచయిత తొమ్మిదవ చాప్టర్లో పొందు పరచిన, ఉపసంహారంలో కొన్ని జీవిత సత్యాలను జోడిస్తూ, చదువరులకు ఈ నవల యొక్క సారాంశాన్ని వివరించడం జరిగింది.

ఇంగ్లీష్ నవల కథనానికీ, తెలుగు నవల కథనానికీ చాలా తేడా ఉంటుంది. క్లుప్తంగా చెప్పాలంటే ఇంగ్లీష్ నవలను తెలుగులో... చదువరులను ఆకర్షించే విధంగా అనుసరించి వ్రాయడం అంత తేలికైన పని కాదు. అయినప్పటికీ అపారమైన అనుభవం ఉన్న ఈ రచయిత స్వేచ్ఛానుసరణ రచన చేయడంలో వందకు వంద శాతం సఫలీకృతమయ్యారనే చెప్పాలి.

"నీలి నీడల వసంతం" శీర్షికగా గల ఈ రచన, రచయిత యొక్క రచనా పటిమకు, భాషా నైపుణ్యానికి ఒక మచ్చు తునక. ఇతర భాషల రచనల ను అనువాదంగా గాని అనుసరణగా గాని తెలుగు భాష లో వెలువరించాలనే తపన ఉన్న ఔత్సాహిక రచయితలకు ఇది మార్గదర్శకంగా నిలుస్తుందని చెప్పటంలో ఎంతమాత్రం సందేహం లేదు. ఈ సందర్భంగా రచయితకు నా అభినందనలు తెలియజేస్తున్నాను.

---- డాక్టర్ అయినాపురపు రామలింగేశ్వర రావు,

***

నీలి నీడల వసంతం

విభాగసంఖ్య	కథాంశ సూచిక	పేజీ
1	• ఈ రోజు నా పెళ్లి చూపులు. నన్ను చూసుకోవడానికి వచ్చినవాడు నాకు కాబోయే వాడవుతాడా? ఏమో!..... నీల	1
2	• మా 'పెన్సిల్వేనియా ఎవెన్యూ' పార్కింగ్ లాట్ లో, దూరంగా ఓ అమ్మాయి కనిపించింది. ఓ క్షణం... ఆమె నాతో ఒకప్పుడు బాగా సన్నిహితంగా ఉండే ఒక స్నేహితురాలేమో అనిపించింది. మనుషుల్ని పోలిన మనుషులుంటారులే అనుకున్నాను..... నీల	9
3	• అమెరికా వచ్చాక మాలి ఆంటిని మొట్ట మొదటి సారిగా కలుసుకోబోతున్నందుకు చాలా సంతోషం గా వుంది..... నీల	22
	• "అలెక్స్ అంకుల్ కి శ్రేత దొరికితే చాలు ఉక్కిరి బిక్కిరి చేస్తారు." అనే అభిప్రాయం ఎందుకో నాలో నాటుకు పోయింది. దాన్ని అంకుల్ నిజం చెయ్యబోతున్నారో ఏమో? చూడాలి..... అశోక్.	

4	• జమాల్ కు హెచ్-1బి వీసా రావటంతో, నాకు కూడా అతని భార్యగా డిపెండెంట్ వీసా వచ్చింది. దాంతో, ఇద్దరం యూ.ఎస్.ఎ. వెళ్లేందుకు అన్ని ఫార్మాలిటీస్ పూర్తి చేసుకున్నాము.........మాయ • యూ.ఎస్.ఏ. లో అడుగు పెట్టాక గత చేదు అనుభవాలు తెరమరుగైనట్టయింది. ఇది శుభ సూచకమే కదా ?..... జమాల్ • ఓ బోసి నవ్వుల పసి కందు, మా దంపతులకు తోడయింది.....మాయ • మాయ దిక్కు తోచని పరిస్థితి లో చిక్కుకుంది. తన తదుపరి కార్యాచరణ ఏమిటి అనేది అగమ్య గోచరం గా ఉంది..... నీల.	67
5	• నా ఫోన్లో... ఎప్పుడూ బిజీ గా ఉండే మా కజిన్ బ్రదర్ హరి నుంచి వచ్చిన మిస్డ్ కాల్ ఒకటి ఉంది. ఏదో విశేషం ఉండి ఉండాలి..... నీల	105
6	• ఫార్మర్స్ మార్కెట్ లో కూరగాయలు అమ్మే ఒక స్త్రీ, నా ముఖం చూసి, గతం లో జరిగిన ఒక సంఘటన గురించి చెప్పే సరికి, నేను ఆందోళనకు గురి అయ్యాను..... నీల. • నేను చెప్ప బోయే రాధ-నీలన్ ల కథ కొన్ని సంవత్సరాల క్రితం జరిగింది. అప్పటికి నీలా వాళ్ళ	116

	అమ్మకి పెళ్లవ్వలేదు. మాలూ, రవి వాళ్ళ నాన్న కూడా చిన్న వాడే..... నీల వాళ్ళ అమ్మమ్మ.	
	• ఒక స్వామీజీ ఈ ఊరొచ్చి, రావి చెట్టు క్రింద కూర్చుని, ధ్యానం లో మునిగి పోయారు...... నీల వాళ్ళ అమ్మమ్మ.	
	• వీధిలో "సోది చెపుతానమ్మ సోది చెపుతాను. జరిగింది చెపుతాను, జరగబోయ్యేది చెపుతాను." అని, ఎరుకల సాని కేక వినిపించింది..... నీల	
7	• వాలంటీర్ గా హాస్పిటల్ లో చేరి, డాక్టర్ లు, నర్సులు , హాస్పిటల్ స్టాఫ్ ద్వారానే కాకుండా, పేషెంట్ ల వద్ద నుండి కూడా చాలా విషయాలు నేర్చుకున్నాను..... నీల	146
8	• కొందరి సామర్థ్యాలపై మన అంచనాలు తారు మారు అవుతాయి. థామస్ విషయం లోను అదే జరిగింది .... నీల	169
9	• ఇది నా ఆత్మ కథ కాదు, నాకు తారస పడ్డ కొందరి జీవిత ఘటనల సమాహారం. నేను ఆ సమాహారం లోని దారాన్ని మాత్రమే..... నీల.	178

***

1

ఈ రోజు నా పెళ్లి చూపులు. నన్ను చూసుకోవడానికి వచ్చినవాడు నాకు కాబోయే వాడవుతాడా? ఏమో!.... నీల

***

నాకు త్వరగా మెలకువ వచ్చేసింది. తెల్లవారే సమయం దగ్గర పడుతున్నా నిశ రాత్రి లాగానే ఉంది. చీమ చిటుక్కుమన్న జాడ కూడా లేదు. ఈ గదిలో క్రమ్ముకున్న చీకటి ఇంకా తొలగలేదు. ఈ రాత్రి ఇంకా తెల్లవారదేం? నాకింకా బద్ధకం పూర్తిగా తీరలేదు. అయినా అదేమిటోగాని పడుకుని ఉండాలనిపించలేదు. ఏంచెయ్యాలో తోచలేదు. ఈ రోజు నా పెళ్లి చూపులట. అమ్మ చెప్పింది. మొదట్లో పెళ్లి చూపులంటే కొంచెం టెన్షన్ గా ఉండేది. కానీ తరవాత అలవాటైపోయింది. అయినా ఆ దృశ్యాలు అప్పుడప్పుడు నా బుర్రలో తారట్లాడుతూనే ఉన్నాయి. ఇప్పుడు కూడా అదే పరిస్థితి. ఇట్లాంటి దృశ్యాల్ని మనసునుండి తుడిచి వెయ్యటానికి ఎవరైనా ఒక సాధనాన్ని కనిపెడితే బాగుండును. ఇంతలో చీకట్లను చీల్చుకుంటూ చిరు వెలుగొచ్చింది. నేను ఇలాంటి ఆలోచనల్లోంచి బయట పడ్డాను

నా ముద్దుల చెల్లెలు 'అను' ఇంకా గాఢంగా నా ప్రక్కనే నిద్ర పోతూనే ఉంది. కొంతసేపటికి గోడ గడియారం మ్రోగింది. లేస్తుందేమోనని అను

భుజం మీద మెల్లగా తట్టాను. అను కదల లేదు. మంచి నిద్రలో ఉన్నట్లుంది. దాని నిద్ర పాడు చెయ్యడం ఎందుకులే అని నేను మంచం దిగాను. మిగతా ఎవ్వరికీ నిద్రాభంగం కలగకుండా మెల్లగా చావడి లోకెళ్ళాను. వీధి గుమ్మం తలుపులు తెరిచాను. చెప్పులు వేసుకుని పెరటి లోని మొక్కలవైపు నడిచాను. విరబూసిన ఎర్రటి పూలతో మందార మొక్కలు నన్నాకర్షించాయి. రాత్రి వాటి ఆకులపైన పూరేకుల పైనా చేరిన మంచు బిందువులు రత్నాల్లా మెరుస్తూ కనిపించాయి. మల్లె పందిరి నిండా విరబూసిన మల్లియలు కను విందు చేస్తుంటే వాటి సౌరభాలు మనస్సుకు ఆహ్లాదాన్ని కలిగించాయి. తరవాత ఇంటి వెనుక భాగాన వున్న గోశాల దగ్గరకు వెళ్ళాను. మా ఆవు అంటే నాకు చాలా ఇష్టం. దాని పేరు లక్ష్మి. దానిని ఎప్పుడూ నా స్నేహితురాలిగా భావించేదాన్ని. నన్ను చూడగానే లక్ష్మి చెవులు నిక్కపొడుచుకొని ఆప్యాయంగా తల ఆడించింది.

దానికి ప్రతి రోజు శుభోదయం చెప్పడం నాకు సరదా. ఈ రోజు కూడా లక్ష్మి కొమ్ములు పట్టుకుని దాని తలని అటూ ఇటూ ఊపి శుభోదయం చెప్పాను. అది స్పందించిన విధానం చాలా వింతగా ఉంటుంది. తన నాలుక చాపింది నా చేతుల్ని తన నాలుకతో తాకి తల ఆడించింది.

మా పెరట్లో ఓ మూల కోళ్ల గూడు వుంది. మా కోళ్లు రాత్రి పూట ఆ గూడు లో సేదదీరతాయి. ఆ గూడులోనే గుడ్లు పెడతాయి. నేను, గుడ్ల పై పొదిగి ఉన్న ఆ కోళ్లను లేపి అవి పెట్టిన గుడ్లన్నిటినీ ఒక ప్రక్కకు

చేర్చాను. వాటిని గూడుపై ఉన్న వెదురు బుట్టలో పేర్చాను. పెరట్లో కొంత భాగం చిన్న పిట్ట గోడతో వేరు చేయబడి వుంది. ఈ వేరు చేయబడిన పెరట్లోనే గోశాల, కోళ్ల గూడు ఉన్నాయి. నేను ఆ గుడ్లున్న బుట్ట తో ఇంటి వైపుకు రావడంకోసం పిట్ట గోడ దాటుతూండగా అమ్మ చూసింది.

"అదేంటి అలాదూకేశావ్! కింద పడ్డావంటే ఏ చెయ్యో కాలో విరుగుద్ది. ఈ రోజే కదా నిన్ను చూడ్డానికి పెళ్లివారొస్తూంట. నువ్వు కుంటుకుంటూ నడిచేవంటే, ఇంతే సంగతులు" అంటూ నాపై ఓ చిరు బాణం విసిరింది.

"వాళ్ళకు నేను నిజంగా నచ్చితే అదేం పట్టించుకోరులే" అన్నాను.

"సర్లే అందరూ అలా ఉండరే తల్లీ! నీ కొంటెతనం వాళ్ళ ముందు ప్రదర్శించకు. ఇరవై రెండేళ్లు వచ్చే సరికి నీకు పెళ్లి కాకపోతే నీ జాతకం ప్రకారం శని దశ వచ్చేస్తుంది. అది పదమూడేండ్లపాటు సాగుతుంది." శని దశ జరుగుతున్నప్పుడు పెళ్లి కాదని మా అమ్మకు ఎడతెగని నమ్మకం.

"అమ్మా! నీకూ, ఆ జాతకానికీ జోహార్లు. పెళ్లి కాకపోతే ఒంటరిగానే వుండిపోతానులే."

"ఏం మాటాడుతున్నావే తల్లీ! నాకూ, మీ నాన్నకూ వయసై పోతున్నది. మేము పోతే నీకో తోడుండాలి కదా!" అమ్మ తన ఆందోళనని బయటపెట్టింది, ఎలాగైనా నన్ను తన దారికి తెచ్చుకోవాలని.

"కదా...కదా... కదా..." అని అక్కడే, పంజరం లో ఉన్న రామ చిలక

'చింటూ' పాట లాగా పాడటం మొదలు పెట్టింది. చివరికి చింటూ కి కూడా నేను లోకువై పోయాను. నాకు దానిమీద కోపమైతే రాలేదు కాని, దాన్ని ఆట పట్టించాలనిపించింది. " ఒసేయ్ దుష్ట గ్రహమా! నోరు మూస్కో" అని చింటూ వైపు చెంప చెళ్లుమనిపించేలా చెయ్యెత్తి గుర్రుగా చూశాను.

"మూచ్ కో... మూచ్ కో..." అంటూ మళ్ళీ పాట పాడ సాగింది. దాని ముద్దు పలుకులతో నాకు నవ్వొచ్చేసింది. గట్టి గా నవ్వేసి, దాన్ని క్షమించేశాను.

అమ్మ... మొక్కలకు నీళ్లు పొయ్యడం, కోళ్లకు, పశువులకు మేత వెయ్యడం, పాలు తీయడం వగైరా పనుల్లో మునిగిపోయింది.

గుడ్డ బుట్ట తీసుకొని వచ్చి, ఇంటి పోర్టికో పిట్ట గోడ మీద పెట్టి, దాని ప్రక్కన కూర్చున్నాను. అక్కణ్ణుంచి మా ఇంటికెదురుగా పంట పొలాలు, వాటి వెనుక దూరంగా పొగ మంచుతో కప్పబడి ఆకాశాన్ని స్పృశించబోతున్నట్టుగా ఉన్న చిన్నకొండ (హిల్లాక్) అందాలు చిందుతూ దర్శనమిచ్చాయి. ఆ కొండ పైభాగంలో నీలి మేఘాలు క్షణ క్షణానికి వాటి ఆకారాలు మారుస్తూ చూడ్డానికి తమాషాగా కనిపించాయి. ఆ మేఘాల్ని చీల్చుకుంటూ ప్రసరిస్తున్న ఉదయ భానుని అరుణోదయ కాంతుల్లో కోతకొచ్చిన పంట పొలాలు బంగారు ఛాయను సంతరించుకున్నాయి. ఇటువంటి కనులపండువగా కనిపించే సుందర దృశ్యాన్ని చూడటమంటే

నాకెంతో ఇష్టం. ఎంత సేపైనా ఆ దృశ్యాన్ని చూస్తూ అక్కడే ఉండిపోవాలనిపించింది నాకు. మా తమ్ముడు 'అరుణ్' ఇంకా లేవలేదు. కానీ, లేచి ఉంటే "అక్కా! సూర్యుడు ఇప్పటి వరకు ఎక్కడున్నాడు? ఆ కొండ వెనక దాక్కుని ఇప్పుడు పైకెక్కుతున్నాడా?" అని అడిగి ఉండేవాడు. అసలు వాడెప్పుడు లేచాడుగనుక సూర్యోదయానికి ముందు?

మేఘాలనుంచి వచ్చే చల్లని పిల్ల గాలులకు నా వళ్లు జలదరించినట్లైంది. అంతట్లో ఎక్కణ్ణుంచో పిచ్చుకలు వచ్చి కిల కిలారావాలు చేశాయి. పోర్టికో లో వేలాడదీయబడ్డ వరి పెన్నుల కుచ్చు పై వాలి, వరి గింజలు తిన్నాయి. పోర్టికో అంతా కలయదిరిగి, మళ్లీ పంట పొలాలవైపు ఎగిరిపోయాయి.

కాసేపు ప్రకృతి అందాలను ఆస్వాదిస్తూ, అక్కడే కూర్చుని నా గదిలోకి వెళ్లాను. 'అను' లేస్తుందేమోనని చప్పుడు చేయకుండా నా ట్రంకు పెట్టి తెరిచి నా డెయిరీని బయటికి తీశాను. మెల్లగా హాల్లో మా నాన్నగారు కూర్చొనే రోజ్ ఉడ్ కుర్చీ దగ్గరకు వచ్చాను. ఆ కుర్చీకి చేతులు ఆనుకునేందుకు కాళ్లు చాచుకునేందుకు తగిన ఏర్పాట్లున్నాయి. అందుచేత కూర్చొనేందుకు సౌకర్యంగా ఉంటుంది. చోళ రాజులు... మా పూర్వీకులు నిర్వహించిన సాధికార పదవులకు చిహ్నంగా, వారికి ఆకుర్చీని బహూకరించారని మా నాన్న గారు చెపుతూవుంటారు. వంశ పారంపర్యంగా సంక్రమించిన చారిత్రక చిహ్నమైన ఆ కుర్చీకి తగిన ఉన్నత

స్థానం కొనసాగించాలని మా నాన్నగారి అభిమతం. మా నాన్నగారు మాత్రమే ఆ కుర్చీలో కూర్చుంటారు. మిగతావారెవరైనా దాల్లో కూర్చోవటం ఆయనకు ఇష్టం ఉండదు. అయినా ఆయనకు తెలియకుండా సరదాగా నేను అప్పుడప్పుడు కూర్చుంటాను. మా నాన్న గారు ఇంకా లేవలేదు. ఆయన రెడీ అయ్యి హాల్లోకి రావడానికి ఇంకా టైం పడుతుంది. హాల్లోకి వచ్చాక, తన మొట్ట మొదటి దినచర్య షుమారు ఓ గంటసేపు ఆ కుర్చీలో కూర్చుని న్యూస్ పేపర్ ఆసాంతం చదవటం. ఈ సారి నాకెందుకో ఆ కుర్చీలో కాసేపు కూర్చోవాలనిపించింది. కూర్చుని నాడయిరీ లో ఉంచిన ఫోటో ని బయటికి తీశాను. ఆ ఫొటో లో ఉన్న వ్యక్తి నా కలల హీరో లా ఉన్నాడో లేడోనని మరొక్క సారి పరిశీలనగా చూద్దామనిపించింది. చూశాక, అతని అమాయకత్వంతో కూడిన హుందాతనం, అతని నవ్వు ముఖం నన్ను కట్టి పడేశాయి. ప్రత్యక్షంగా చూడకముందే అతను నాకు నచ్చేశాడేమో అనిపించేటంత భావన నాలో చోటు చేసుకుంది.

నన్ను చూడ్డానికి వచ్చిన వారిలో, మొదటి వ్యక్తికి సౌదీ అరేబియాలో ఉద్యోగం. అతనికి... నాకంటే ఎక్కువగా మా పంటపొలాలు, ఆ పొలాలను ఆనుకొని వున్న చిన్న కొండ ఎక్కువగా నచ్చాయేమో, అతను రియల్ ఎస్టేట్ వ్యాపారిలాగా మా పంట పొలాల విలువలను బేరీజు వెయ్యడానికే ఎక్కువ సమయం గడిపినట్లనిపించింది. మిగతా ఇద్దరి లో కూడా నాకు

పెద్ద చురుకుదనం కనపడ లేదు. వారికి స్వంత అభిప్రాయాలున్నట్లు లేదు. వాళ్ళ వాలకం చూస్తే తల్లి చాటు బిడ్డల్లా పెరిగేరేమో అనిపించింది.

మబ్బుల్ని చీల్చుకొని అరుణోదయ కాంతులు ప్రసరించాయి.

ఆ ఫొటోలోని వ్యక్తి గురించిన ఆలోచనల్లో మునిగి అదో రకమైన స్థితిలో నేనుండి పోయాను.   ఈ రోజు రాబోయే ఫొటోలోని వ్యక్తి ఎలాంటివాడో చూడాలి మరి. నాన్నగారు హాల్లోకి వస్తున్నట్లు నేను గమనించలేదు.

"నీలా! " దూరంగా నాన్నగారి పిలుపు.

నేను కుర్చీ లోంచి ఉలిక్కిపడి లేచాను.

"ఈ రోజు నీకు త్వరగా మెలకువ వచ్చేసినట్లుంది." నా దగ్గరకు వస్తూ అన్నారు.

"అవున్నాన్నా" హడావుడిగా ఫొటో డెయిరీ లో పెట్టి లోనికి వెళ్లబోయాను..

"నాక్కొంచెం కాఫీ పట్టుకొస్తావా?"

"అలాగేనాన్నా" కిచెన్ వైపుకు తిరిగాను. "నీలా!" మళ్ళీ నాన్న గారి పిలుపు.

వెనక్కి తిరిగి చూశాను. నాన్నగారు నేలమీద నా డెయిరీ లోంచి జారిపోయిన ఫొటో తీశారు. ఆ ఫొటో ని నాకిస్తూ, "దీన్ని జాగ్రత్తగా

ఉంచమ్మా. ఈరోజు పెళ్లి చూపులకు వచ్చే వాళ్ళు ఈ ఫోటోని తిప్పి పంపమన్నారనుకో... అప్పుడు మనం... ఈ ఫోటోని మధ్యవర్తి ద్వారా వారికి అందజెయ్యాలి గదా!" అన్నారు. ఫోటో తీసుకుని వడి వడిగా కాఫీ కలపడానికని లోపలికెళ్ళాను.

థేంక్ గాడ్! ఆ చింటూ గ్రహం ఇక్కడుంటే నాన్నగారి మాటలు "కదా! కదా!" అని రిపీట్ చేస్తూ నన్ను ఉడికించి ఉండేది.

***

2

మా 'పెన్సిల్వేనియా ఎవెన్యూ' పార్కింగ్ లాట్ లో, దూరంగా ఓ అమ్మాయి కనిపించింది. ఓ క్షణం... ఆమె, నాతో ఒకప్పుడు బాగా సన్నిహితంగా ఉండే ఒక స్నేహితురాలేమో అనిపించింది. మనుషుల్ని పోలిన మనుషులుంటారులే అనుకున్నాను..... నీల

***

నిశ్శబ్దంలో ఏవేవో పగటి కలలు కంటున్న నేను ఫోన్ మ్రోగటం తో వాస్తవంలో పడి, ఫోన్ అందుకున్నాను.

"నీలా! ఈ రోజు నేను ఇంటికి ఆలస్యంగా వస్తాను. మా కంపెనీలో ప్రొడక్షన్ ఇష్యూ ఒకటొచ్చింది. ఇవాళ సాయంత్రం సినిమాకి వెళదామనుకున్నాం కదా ! రేపటికి వాయిదా వేద్దాం. సారీ తప్పదు." అశోక్ అన్నాడు.

" ఒంటరిగా ఎంత సేపని ఇంట్లో కూచోను. ఏమీ తోచటం లేదు అశోక్!"

"సారీ స్వీటీ. ఇది మా కంపెనీ తాలూకు మేజర్ కంప్యూటర్ నెట్‌వర్క్ కు సంబంధించిన సమస్య. ఇది పని చెయ్యక పోతే దేశంలో చాలా కార్యకలాపాలు ఆగి పోతాయి, ఏమీ అనుకోకు."

"తప్పదా?"

"తప్పదు. బై!"

అశోక్ కి నాకు మధ్య ఇట్లాంటి సంభాషణలు కొత్త ఏమీ కాదు. మరో కంపెనీ కి మారమని నేను తరచుగా చెపుతూ ఉంటాను. కానీ తాను వినిపించుకోరు. హెచ్-1బి వీసా మరో కంపెనీ నుండి సంపాదించడం అంత సులభం కాదంటారు. బిక్కు బిక్కు మంటూ నేనొక్కద్దాన్నే ఉండాలి ఇంట్లో. ఎవరితో చెప్పుకోను? ఇక్కడ నాకెవరున్నారు కృష్ణుడి బొమ్మ తప్ప! అయినా నా భ్రమగాని, కృష్ణుడు నా గోడు ఎందుకు వింటాడు? ఆయన గారికి పదహారు వేల గోపికల వినతులు వినడానికే టైం సరిపోదు.

కాలం ఆగదు. కాల గమనం మన జీవితాల్లో తెచ్చే మార్పులు విచిత్రంగా ఉంటాయి. నా జీవితంలో కూడా ఊహించని సంఘటనలు చక చకా జరిగిపోయాయి. ఇండియాలో ఓ మారు మూల ప్రదేశంలో పుట్టి పెరిగిన నేను సాంప్రదాయ పద్ధతుల్లో అశోక్ తో జీవితాన్ని పంచుకున్నాను. భూమికి అటు వైపున ఉండే నేను ఇపుడు ఇక్కడ యు.ఎస్.ఏ. లో!... విచిత్రంగా ఉంది కదూ?

ఏం చెయ్యాలో తోచక, టి.వి ఆన్ చేశాను. రిమోట్ తో ఛానెల్స్ మార్చాను కానీ, ఏ ప్రోగ్రాము నచ్చలేదు. టి.వి కట్టేసి వీధి వైపు కిటికీ దగ్గరకు వెళ్లాను. కిటికీ బ్లయిండ్స్ తెరిచాను.

మా ఇంటి కిటికీ లోంచి చూస్తే, ఎదురుగా..... ఎప్పుడూ బిజీగా ఉండే మా పెన్సిల్వేనియా ఎవెన్యూ పార్కింగ్ లాట్ కనపడుతుంది. నాకు బోర్

కొట్టినప్పుడల్లా కిటికీ లోంచి వచ్చీ పోయే వాహనాల్నీ... జనాల్నీ... చూస్తూ కాలక్షేపం చేస్తూ ఉంటాను. పార్కింగ్ లాట్ లోకి ఏ ఏ కార్లు వస్తూ పోతూ ఉన్నాయో, అలాగే కార్లలో ఎక్కే జనాల్ని, దిగే జనాల్ని పరిశీలనగా చూడ్డం నాకొక వ్యాపకం అయిపోయింది. అలా చూడ్డానికి ఒక్కొక్క సారి బైనాక్యులర్స్ కూడా ఉపయోగిస్తాను.

ఒకనాడు నేను బైనాక్యులర్స్ తో పార్కింగ్ లాట్ వైపు చూస్తున్నప్పుడు ఇండియా లో ఒకప్పుడు నాతో బాగా సన్నిహితంగా ఉండే ఒక స్నేహితురాలి పోలికలుగల ఒకామె కనబడింది. పరీక్షగా చూద్దామనుకుని బైనాక్యులర్స్ ను సరిగ్గా ఫోకస్ చేసి చూసే సరికి, కనుమరుగయింది. ఆమె తలకు ఊదా రంగు కండువా కప్పుకుని ఉంది. వెంటనే మెట్లు దిగి పార్కింగ్ లాట్ కు వెళ్లాను. కానీ ఆమె అక్కడ లేదు. అప్పటికే ఆమె వెళ్ళిపోయినట్టుంది.

రోజులు వారాలు గడిచిపోయాయి. అయినా నేను ఆ రోజు చూసిన అమ్మాయి కనిపిస్తుందనే నమ్మకంతో, మా ఎపార్ట్‌మెంట్ నుండి పార్కింగ్ లాట్ వైపు అప్పుడప్పుడు చూస్తూనే వున్నాను. కానీ ఆమె జాడ దొరకలేదు. ఒకరోజు నేను ఎపార్ట్‌మెంట్ కాంప్లెక్స్ లోని లాండ్రీ రూమ్ కెళ్ళాను. అక్కడ, ఆరోజు ఎవెన్యూ పార్కింగ్ లాట్ లో క్షణ కాలం కనబడినట్లే కనబడి, కనుమరుగైన అమ్మాయిని చూశాను. అప్పుడు కూడా తలకు కండువా కప్పుకుని ఉంది. దగ్గరకెళ్ళి చూశాను. నా

సంతోషానికి హద్దులు లేకుండా పోయాయి ఆమె ఎవరో కాదు, నా స్నేహితురాలు షహనా.

"షహనా!" గట్టిగా అరిచినంత పనిచేశాను. దగ్గరకు వెళ్లి కౌగలించుకున్నాను.

"నువ్వెప్పుడొచ్చావ్ యు.ఎస్.ఏ. కి... ఎక్కడుంటున్నావ్?"

ఆమె కూడా "నీలా! నువ్వు కూడా ఇక్కడే వుంటున్నావా? విచిత్రంగా వుందే! నేనొచ్చి ఆరు నెలలవుతుంది. ఈ ఎపార్ట్‌మెంట్ కాంప్లెక్స్ లోనే ఉంటున్నాను" అంది.

షహనాలో పూర్వపు చురుకుదనం లేదు. సంవత్సరాలు గడిచిన తర్వాత కలుసుకున్నా ఆమెలో తగిన స్పందన కనిపించలేదు నాకు.

"మా ఎపార్ట్‌మెంట్ ఇక్కడకు దగ్గరే. వెళదాంరా." అన్నాను.

"ఇప్పుడు కాదు. మరోసారి వస్తాన్లే. కొంచెం పనుంది." అని హడావుడిగా వెళ్ళిపోయింది.

షహనా వాళ్ళ స్వస్థలం బంగ్లాదేశ్ లోని ఒక పల్లెటూరు. వాళ్ళ నాన్నగారు ఒక కనస్ట్రక్షన్ కంపెనీలో పనిచేస్తూండేవారు. ఆ కంపెనీకి ఇండియా లో పెద్ద కాంట్రాక్టు ప్రాజెక్ట్ దొరికింది. వాళ్ళ నాన్న గారు కూడా ఆ ప్రాజెక్ట్ పనుల కోసమని ఇండియా లో షుమారు సంవత్సరం పాటు

కుటుంబం తోబాటు ఉండాల్సి వచ్చింది. సంవత్సరం పాటు షహనా వాళ్ళ కుటుంబమంతా మాయింటి ప్రక్కనే వున్న ఒక ఇంట్లో అద్దెకు ఉండే వారు. అదిగో అప్పుడే నాకు షహనా తో స్నేహం కుదిరింది. షహనా చాలా అందంగా ఉంటుంది. విశాలమైన కళ్ళు, పసిడి ఛాయ, ఇట్టే ఆకట్టుకునే ఆకారం తో ఎప్పుడూ చలాకీగా ఉండేది. నిజాయితీ తో కూడిన అమాయకత్వం ఆమె ముఖంలో ప్రస్ఫుటంగా కనపడుతుంది. మొదట్లో మాయిద్దరి మధ్య సంభాషణ కొంచెం ఇబ్బందిగానే సాగేది. షహనా ఇంగ్లీషు లో ఫ్లూయెంట్ గా మాట్లాడలేక పోయేది. మా ఇద్దరి మాతృ భాషలు కూడా వేరాయె. షహనాకు నేను ఇంగ్లీషు లో కొంచెం మాట్లాడ్డం నేర్పాను. అలాగే ఒకరి మాతృ భాష మరొకరికి అర్థమవుతూ వచ్చింది. మేమిద్దరం కలిసి తరచుగా హిందీ సినిమాలు చూసేవాళ్ళమేమో, మాయిద్దరిమధ్య కమ్యూనికేషన్ అంత కష్టమనిపించేది కాదు. మేమిద్దరం ఎంతో సన్నిహితంగా మెలిగేవాళ్ళం. కలిసి పార్కుకు వెళ్ళేవాళ్ళం, ఎన్నెన్నో కబుర్లు చెప్పుకునేవాళ్ళం. జోకులేసుకుని నవ్వుకునేవాళ్లం. క్రమక్రమంగా మాయిద్దరి స్నేహం ఒకర్నొకరు విడిచి ఉండలేమేమో అన్నంతగా బలపడింది. రోజులు సరదాగా గడిచిపోయేవి.

ప్రాజెక్టు పనులు పూర్తయ్యాక షహనా వాళ్ళ కుటుంబం అంతా బంగ్లాదేశ్ కు తరలి పోయారు. ఆ తర్వాత మాయిద్దరి మధ్య కాంటాక్ట్ అరుదైపోయింది. షహనా వాళ్ళ సంగతులు తెలియకుండా పోయాయి.

గుర్తుకొచ్చినప్పుడల్లా షహనా ఎక్కడుందో, ఎలావుందోనని... ఒక విధమైన ఆందోళనకు లోనయేదాన్ని. చాలా కాలం తర్వాత ఈ విధంగా ఇక్కడ కలుసుకోవడం తమాషాగా ఉంది కదూ?... గతం గుర్తుకొచ్చి నాలో నేనే నవ్వుకున్నాను.

లాండ్రీ రూమ్ లో కలుసుకున్న తర్వాత నేను, షహనా వీలయినప్పుడల్లా జిమ్ లోనో, మాల్స్ లోనో కలుస్తూ ఉండేవాళ్ళం. శీతాకాలం తీవ్రత మెల్ల మెల్లగా తగ్గుతూ రావడంతో ఇంటి బయట మంచు అంతా కరిగిపోయి రోడ్లు క్లియర్ అయిపోయాయి. అందుచేత వీధుల్లో నడుస్తూనో, పార్కు బెంచీల మీద కూర్చుని కబుర్లు చెప్పుకుంటూనో కాలం గడిపే వాళ్ళం. అంతేకాకుండా ఒక్కొక్క సారి బస్సు స్టాపులో బస్సు కోసం వెయిట్ చేస్తున్నట్టుగా గంటలు గంటలు గడిపే వాళ్ళం. మా గమ్యం ఈ బస్సు షెల్టర్ కాబట్టి మా కోసం ఏ బస్సు వస్తుందిగనక! నేను షహనా తో తెగ వాగేదాన్ని. నా మాటలు షహనా వినేదో లేదోగాని, తాను మాత్రం అతి తక్కువగా మాట్లాడేది. ఎప్పుడూ దేనిగురించో ఆలోచిస్తున్నట్టుగా కనపడేది. అప్పుడప్పుడూ కొంచెం నవ్వుతుండేదిగాని, తనలో అంతర్గతంగా వున్న విషాదాన్ని కప్పిపుచ్చుకోవడం కోసమే నవ్వు కొని తెచ్చుకున్నదేమో అనిపించేది.

షహనా వాళ్ళ ఎపార్ట్‌మెంట్... మా ఎపార్ట్‌మెంట్ కి దగ్గరేనట, వివరాలు అడిగితే చెప్పింది. నేను చాలా సార్లు ఆమెను మాయింటికి రప్పించడానికి

గట్టి ప్రయత్నాలే చేశాను. ఒక్కొక్కసారి మాయింటి వరకు వచ్చి మాయింట్లోకి రాకుండానే ఏదో సాకుతో నాకు బై చెప్పి వెళ్లిపోయేది. తను మాయింటికి వస్తే, నన్ను తన ఇంటికి పిలవవలసివస్తుందేమోననో ఏమో, నన్ను తన ఇంటికి రమ్మని ఎప్పుడూ పిలవ లేదు. "పోనీ నీకు వీలయినపుడే మాయింటికి రా" అని నేనంటే, నవ్వి ఊరుకునేది. తను ఎందుకలా చేస్తుందో అర్థమయ్యేదికాదు. ఎప్పుడో ఒకసారి వస్తుందిలే అనుకుని, ఆ ప్రస్తావన మళ్ళీ మళ్ళీ తెచ్చేదాన్ని కాదు.

తన భర్త గురించి ఏమైనా అడిగినపుడు కూడా సమాధానం దాటవేసేది. ఒకసారి మాటల సందర్భంలో షహనా భర్త ప్రస్తావన వచ్చినపుడు, ఆమె కళ్ళు చెమ్మగిల్లాయి. అప్పట్నుంచి ఆమె భర్త గురించి ప్రస్తావించడం పూర్తిగా మానేశాను.

కొన్నాళ్ల తర్వాత, నేను ఏదో పనిలో ఉండగా కాలింగ్ బెల్ మ్రోగింది. బెల్ త్వర త్వరగా మ్రోగడంతో, ఎవరో ఆతృతగా పిలుస్తున్నట్లనిపించింది. చేతిలో పని ప్రక్కన పెట్టి, వీధి గుమ్మం దగ్గరకు వెళ్లి పీప్ హోల్ లోంచి చూశాను. వచ్చినవారెవరోకాదు, నా స్నేహితురాలు షహనా. సంతోషంతో ఎగిరి గంతెయ్యాలనిపించింది. చైన్ లాక్ తీసి తలుపు తెరిచాను.

"చివరకు మాయింటికొచ్చావన్నమాట."

షహనా నవ్వడానికి ప్రయత్నించింది కానీ తనలో అంతర్గతంగా ఉన్న

విషాదం ఒక్కసారే పైకి ఉబికి, వెక్కి వెక్కి ఏడుస్తూ నన్ను గట్టిగా కౌగలించుకుంది. నాకేంచెయ్యాలో అర్థం కాలేదు. మెల్లగా షహానా వీపు తట్టాను. రెండో చేత్తో తలుపు వేసేశాను. తర్వాత షహానాను తీసుకుని లివింగ్ రూమ్ కి వెళ్ళాను.

"కూర్చో షహానా. ఏమైంది నీకు? మీవాళ్ళందరూ బాగున్నారా?" ఉత్కంఠ తో అడిగాను.

షహానా ఏడుపు మానలేదు. ఆమె కళ్ళంట నీరు కారడం ఆగలేదు. నాకేంచెయ్యాలో అర్థం కాలేదు. నాక్కూడా ఏడుపొచ్చింది. నా చీర కొంగు తో కళ్ళు తుడుచుకున్నాను. కొన్ని టిష్యూ పేపర్లు అందుకొని షహానాకిచ్చాను.

షహానా తన తలపైనున్న కండువా తీసేసింది. ఆమె కళ్ళు ఎర్రబడ్డాయి. ఆమె ముఖం నిండా చిన్న చిన్న గాయాలతో కూడిన మచ్చలున్నాయి ఆమె ముఖాన్ని తడిమి చూశాను. పసిడి ఛాయలో ఉండే ఆమె ముఖంలో చాలా భాగం నల్లబడి పోయింది. అక్కడక్కడా సిగరెట్టు తోకాల్చబడ్డ గుర్తులున్నాయి.

"ఏమైంది షహానా... చెప్పు ఏమైంది?" గద్దించి అడిగాను.

"సమీర్... నా భర్త... నన్ను... తన యిష్టమొచ్చినట్టు కొట్టాడు," "ఎందుకు కొట్టాడు?"

"ఏమో?...... తాగిన మైకంలో ఉన్నాడు. నన్ను చంపడానికి కూడా ప్రయత్నించాడు. తప్పించుకొని ఇక్కడికొచ్చేశాను....." వెక్కి వెక్కి ఏడుస్తూ చెప్పింది.

షహానా కొంచెం కుదుటబడ్డాక, వాష్ రూముకెళ్ళి రిఫ్రెష్ అయ్యాక, వచ్చి సోఫా లోకూర్చుంది. ఆమె ముఖం మీది గాయాలకు ఆయింట్మెంట్ వ్రాశాను. కొన్నిచోట్ల బ్యాండ్ ఎయిడ్ అతికించాను.

వేడి వేడి టీ కాచి ఇచ్చాను. తను టీ సిప్ చేస్తుండగా, షహానా ద్వారా ఆమె భర్త వివరాలు సేకరించాను.

సమీర్... షహానా భర్త, ఇంటర్నేషనల్ మార్కెట్ స్టోర్లో... 'బుచెర్' గా పని చేస్తాడు. ఉదయం నుండి సాయంకాలం వరకు చేపల్ని ముక్కలు ముక్కలుగా కొయ్యడం, కోసిన ముక్కల్ని శుభ్రం చెయ్యడం అతని పని. కొన్ని రోజులు అతను ఇంటికి రాడట. పనిచేసే చోట అతనికి వేరే అమ్మాయి తో సంబంధం ఉందని, అతని సంపాదనలో చాలా భాగం ఆమెకు, తన సరదాల కోసం జూదం ఆడి తగలేస్తాడని అతని సహ ఉద్యోగుల ద్వారా షహానా కు తెలిసింది.

“నీలాంటి అందమైన భార్య దొరికినందుకు, సంతోషించకుండా, నిన్ను నీ భర్త ఇంత నీచంగా హింసిస్తున్నాడంటే నాకు చాలా బాధగా వుంది షహానా! నిన్ను ఇలా ఓదార్చవలసివచ్చినందుకు చింతిస్తున్నాను. నువ్వు

కొన్నాళ్ళు ఓర్చుకుంటే పరిస్థితులన్నీ చక్కబడతాయనే నమ్మకం నాకుంది. మీ ఇద్దరి జీవితాలు బాగు పడాలని, మళ్ళీ మీ ఇద్దరి మధ్య మమతానురాగాలు చిగురించాలని నేను మనసారా కోరుకుంటున్నాను.” నా మాటలు షహనాకు కొంత ఊరట కలిగించాయనిపించింది. కొంతసేపు మాయింటిలోనే వుంది. వచ్చినప్పటికన్నా యిప్పుడు కొంచెంధైర్యం పుంజుకున్నట్టు కనపడింది. తన ఎపార్ట్‌మెంట్ కు వెళ్లి పోతానని లేచింది. "వెళ్ళొచ్చులేగాని ముందు భోజనం చెయ్యి" అన్నాను.

"ఇప్పుడు నాకు బాగానేవుంది. నాకేమీ ఫర్వాలేదు. ఇదంతా నాకు మామూలే." అని చెప్పి వెళ్ళిపోయింది.

ఒక ఆదివారం రోజున షహనా తన భర్తతో కలిసి ఎక్కడికో వెళ్తూండగా చూశాను. కారెక్కే ముందు, షహనా వెనక్కి తిరిగి మా ఎపార్ట్‌మెంట్ వైపు చూసి తన చెయ్యి ఊపింది. అప్పుడు నాకనిపించింది, వాళ్ళిద్దరి మధ్య పరిస్థితులు చక్కబడ్డాయని.

ఆ తర్వాత షహనా నాకు లాండ్రీ రూమ్ లోగాని , జిమ్ లోగాని, మేము మామూలుగా కలుసుకునే మరెక్కడైనాగాని మళ్ళీ కనిపించలేదు. ఎందుకో నాలో ఏదో సందేహం వెంటాడింది. షహనా వాళ్ళ ఎపార్ట్‌మెంట్ కు వెళ్లి , తన యోగ క్షేమాలు కనుక్కుందామనే నిర్ణయానికొచ్చాను. నాతోబాటు అశోక్ ను కూడా తీసుకెళ్తే మంచిది అనుకున్నాను. అయితే

అశోక్ కి శని ఆది వారాల్లో గాని వీలవదు. అందుచేత వచ్చే ఆదివారం వెళ్లొచ్చు అనుకున్నాను. అశోక్ కి ఈ విషయం వెళ్లేముందు చెప్పొచ్చులే అనుకున్నాను.

ఈ లోపున ఒక అర్ధ రాత్రి సమయంలో పోలీస్ సైరెన్, అంబులెన్సు కూతలు బిగ్గరగా వినిపించేసరికి, నిద్రలో వున్న నాకు... అశోక్ కి మెలుకువ వచ్చేసింది. కిటికీ దగ్గరకెళ్ళి చూసాం. అక్కడ పోలీస్ వాహనాలు, అంబులెన్సు ఇంకా అగ్ని మాపక వాహనాలు... ఫ్లాష్ అవుతున్న లైట్లతో మా ఎపార్ట్‌మెంట్ కి దగ్గరగా వున్న రోడ్ మీద పార్క్ చేయబడి వున్నాయి. అంతట్లో అంబులెన్సు సిబ్బంది స్ట్రెచర్ తో తెల్లటి వస్త్రం తో కప్పబడి వున్న ఒక వ్యక్తి పార్థివ దేహాన్ని అంబులెన్సు వద్దకు తీసుకొనివచ్చారు. నా గుండె ఆగినంత పనయింది. తర్వాత పోలీస్ ఆఫీసర్ వెనకగా సమీర్ నడిచి వస్తున్నాడు. అతను పోలీస్ కస్టడీ లో ఉన్నట్లు నాకర్థమైంది. అతని ముఖ కవళికలు గమనించాక అతను నవ్వుతున్నాడో, ఏడుస్తున్నాడో అర్థం కాలేదు మాకు.

స్ట్రెచర్ మీద వున్న వ్యక్తి షహనాయేనని నాకు ధ్రువపడింది. డోర్ తెరిచి బాల్కనీ లోనికి వెళ్లబోయాను.

"నీలా! ఏమైంది? వాళ్లెవరో నీకు తెలుసా? ఎందుకలా ఆందోళన పడిపోతావు? వెళ్లి పడుకో. కాస్సేపటికి పరిస్థితి అంతా

సద్దుమణుగుతుంది" అని అశోక్ నా వీపు నిమిరాడు. నన్ను సముదాయించడానికి ప్రయత్నించాడు. అంతట్లోకే, పోలీస్ వ్యాన్లు, , అంబులెన్సు వగైరా వాహనాలు ఫ్లాషింగ్ లైట్లతో బిగ్గరగా శబ్దాలు చేసుకుంటూ వెళ్లిపోయాయి. షాక్ లో వున్న నన్ను బెడ్ రూమ్ లోనికి తీసుకెళ్లాడు అశోక్.

కాళరాత్రి లాంటి ఆ నాటి నుండి, షహనా తాలూకు జ్ఞాపకాలు నన్ను వెంటాడుతూనే వున్నాయి. మరిచిపోదామని ఎంత ప్రయత్నించినా నాకు సాధ్యపడటం లేదు. మన ఆలోచనల్ని సన్నిహితులతో పంచుకుంటే మనసు తేలిక పడుతుందంటారు. గతంలో అశోక్ తో.... షహనా అనే నా చిన్ననాటి స్నేహితురాలు తారసపడిందని, ఆమె తన భర్తతోబాటు మేముండే ఎవెన్యూ లోనే ఉంటుందని, ఆమెతో నాకు కొంత కాలక్షేపమవుతుందని చెప్పాను. కానీ షహనా తో నాకున్న గాఢమైన స్నేహానుబంధాన్ని గురించి, ఆమె ఎదుర్కొన్న సమస్యల గురించి, ఆ సంఘటన జరిగింతర్వాతనే సవివరంగా చెప్పాను. “సహానాను మరిచిపోదామని ఎంత ప్రయత్నించినా నాకు సాధ్యపడటం లేదు.” అనికూడా చెప్పాను. నేను ఒక్కొక్కసారి పరధ్యానంలో ఉండటంతో " ఏదో వ్యాపకం పెట్టుకుంటే మనస్సు తేలిక పడుతుంది" అని అశోక్ నన్ను హెచ్చరించేవాడు.

చిన్నప్పటి నుండీ నీలాకాశం లో కొలువుదీరినట్లు ఉండి, మెరుస్తూ

ప్రకాశించే తారలను చూస్తూ ఆనందించడం నాకొక వ్యాపకం. అలాగే పౌర్ణమి నాడు, చల్లని వెన్నెలను కురిపిస్తూ మనసుకు హాయినిచ్చే చందమామ ని చూడడం అన్నా ఎంతో ఇష్టం. అందుకే కాబోలు నాపుట్టినరోజున అశోక్ నాకు ఒక టెలీస్కోప్ ప్రెజెంట్ చేశాడు. ఆ టెలీస్కోపును ఉపయోగించి, 'ఆస్ట్రోనామెర్స్ పాకెట్ గైడ్' సహాయంతో నక్షత్ర రాశుల [స్టార్ కాన్ స్టలేషన్స్] ను గుర్తించటం నా మొట్టమొదటి వ్యాపకం గా పెట్టుకున్నాను.

రోజులు నెలలు గిర్రున తిరిగిపోయాయి. షహనా అమరురాలై సరిగ్గా సంవత్సరం అయింది. గగనంలో కలిసిపోయిన నా స్నేహితురాలు, టెలీస్కోప్ తో చూస్తే ఎక్కడైనా కనపడుతుందేమోనని టెలీస్కోప్ ను ఆ నిశ రాత్రి ఆకాశం వైపు ఫోకస్ చేశాను. నా భ్రమగాని షహనా ఎందుకు కనపడుతుంది? కానీ ఏ కాన్స్టలేషన్ లో లేని ఒక ప్రకాశవంతమైన తారను స్పాట్ అవుట్ చేశాను. ఆ తారకు ఖగోళ శాస్త్రవేత్తలు ఏ పేరు పెట్టారో నాకు తెలియదు గాని, నేను మాత్రం ఆ తారకు "షహనా" అని... గగనం లో కలిసిపోయిన నా ప్రియ సఖి పేరు పెట్టాను. నా స్నేహితురాలికి ఇంతకు మించి నేనేమి చేయ గలను? షహనా అని నాచే పిలువబడే తారను నేను గగనంలో గుర్తించ గలను. ఆ తారతో మాట్లాడుతూ షహనా తో మాట్లాడే అనుభూతి పొందగలను.

***

3

అమెరికా వచ్చాక మాలి ఆంటీని మొట్ట మొదటి సారిగా కలుసుకోబోతున్నందుకు చాలా సంతోషం గా వుంది..... నీల

***

నిశ్శబ్దానికి స్వస్తి పలుకుతూ గోడ గడియారం "కూ... కూ" అని కోయిల స్వరాలు వినిపించే సరికి నాకు మెలకువ వచ్చేసింది. గడియారం కోకిల స్వరాలు వినిపిస్తుంటే, నాకు...ఇండియా లో మా ఇంటి దగ్గర ఉన్నట్టు భ్రమ కలుగుతూ ఉంటుంది. మా వాళ్ళందరూ ఒక్కరొక్కరుగా గుర్తుకొస్తారు. కానీ ఆ స్వరాలు అశోక్ కి మాత్రం విసుగు పుట్టిస్తాయి. అశోక్ కి తెలుసు... తాను ఇంట్లో లేనప్పుడు, ఆ కోయిల రాగాలు... ఒంటరిగా ఉన్నాననే భావన నుండి నాకు విముక్తి కలుగజేస్తాయని. అశోక్ ఈ విషయంలో నాతో వాగ్వివాదానికి దిగకపోవడానికి కారణం కూడా అదే. ఈ కోయిల గడియారాన్ని మాలి ఆంటీ మాకు వెడ్డింగ్ గిఫ్టుగా ఇచ్చింది. నాకు ప్రియమైన వారందరిలో మాలి ఆంటీ మొదటిది. పుట్టినప్పటినుండి, నన్ను తన స్వంత కూతురులా సాకింది.

అశోక్, పెళ్లి సంబంధం విషయమై నన్ను చూసుకోవడానికి వస్తారని కబురొచ్చినపుడు, మా ఇంట్లో అందరు సంతోషించారు. ఎందుకంటే, అశోక్ బాగా చదువుకున్న వాడు, మంచి వాడు... పైగా వారిది మంచి

సాంప్రదాయమైన కుటుంబం అని తెలిసింది. కానీ, పెళ్ళయాక, నన్ను అతనితో అమెరికా పంపటం తప్పనిసరి అవుతుందనే సంకోచం లేకపోలేదు.

ఆ సంకోచం మాలి ఆంటీ వల్ల నివృత్తి అయింది ఆ విషయంలో భయ పడాల్సిన అవసరం ఏమీ లేదని, భర్త అక్కడ ఉద్యోగం చేస్తుంటే, డిపెండెంట్ వీసా మీద, భర్త తోబాటు అక్కడికి వచ్చి చక్కగా కాపురం చేసుకుంటున్న అమ్మాయిలు ఎందరో ఉన్నారని చెప్పి, మావాళ్ళందరిని ఒప్పించింది, మాలి ఆంటీ. ఏదైనా అవసరం వచ్చినా కూడా, మాలి ఆంటీ, అలెక్స్ దంపతులు ఉండే ఊరి నుండి, అశోక్ ఉండే ప్రాంతం మూడు గంటల లోపే చేరు కోవచ్చని, అందు చేత నీలను అమెరికా పంపించటం వల్ల, ఇబ్బందులేమీ ఉండవని కూడా చెప్పింది.

తర్వాత, అశోక్ తో నా వివాహం అవ్వడం దగ్గర్నుంచి, ఆయన తో నేను అమెరికా కు వచ్చేయటం వరకు జరగ వలసిన కార్య క్రమాలన్నీ చక చకా జరిగి పోయాయి.

అమెరికా వచ్చినప్పటినుండి, మాలి ఆంటీ ని ఎప్పుడు కలుస్తానా... అని ఎదురు చూస్తూనే ఉన్నాను. అసలు అమెరికా వచ్చిన మొదటి నెల లోనే అశోక్ తోబాటు వెళ్లి, ఆంటీ ని, అంకుల్ ని చూసి రావొచ్చు అనుకున్నాను. అశోక్ కు పని ఒత్తిడి వల్ల ఎప్పటికప్పుడు కుదర లేదు. వచ్చి

సంవత్సరం పైనే దాటిపోయాక, వారాంతానికి ఒక సెలవు తోడయింది కాబట్టి, ఈ ఆదివారం వాళ్లింటికి వెళ్ళటానికి నిర్ణయించాం.

ప్రయాణానికి ముందు రోజు నేను దుస్తులు, మిగతా ప్రయాణ సామగ్రి సిద్ధం చేసుకున్నాను. ఆంటీ, అంకుల్ కోసమని ఫ్రూట్ కేక్ తయారు చేశాను. ఆంటీ ని ఆశ్చర్య పరుద్దామని నేను ప్రైమరీ స్కూల్ లో చదువుతున్నప్పటినుంచి సంపాదించిన ఫొటోలు, బొమ్మలు అతికించిన ఒక ఆర్ట్ పీస్ ని బహుమతి గా ఇచ్చేందుకు సిద్ధం చేశాను. ప్రయాణం రోజున త్వరగా లేచి, ఇంటి పనులన్నీ పూర్తి చేశాను. బెడ్ రూమ్ లోనికి వచ్చి చూస్తే, అశోక్ ఇంకా లేవలేదు.

"లే అశోక్, ఇవాళ మనం ఆంటీ గారింటికెళ్ళాలి గా!" మెల్లగా అశోక్ భుజం తట్టాను.

"నీలా, ఇంకా ఎండెక్కలేదు. కాసేపు పడుకోనియ్యి" బద్ధకంగా అన్నారు అశోక్.

"మనం బయలుదేరే టైం దగ్గర పడుతుంది, రెడీ అవ్వాలి" ప్రోగ్రాం గుర్తు చేశాను. "మన పెళ్ళయింతర్వాత ఇన్నాళ్ళకి, వాళ్ళింటికి వెళ్తున్నాం. త్వరగా వెళ్తే, వాళ్లతో ఎక్కువ సేపు గడపొచ్చు" అన్నాను.

ఎలాగయితేనే, నా పోరు పడలేక ఆవళిస్తూ "అక్కడ ఎంత తక్కువ సేపు ఉంటే అంత మంచిది." అంటూ లేచి, మంచం మీద కూర్చున్నారు.

"అంకుల్ సంగతి నీకు తెలియదు. పట్టుకుంటే వదలడు. ఆయన గారి సాహస కృత్యాలన్నీ ఏకరువు పెట్టేస్తాడు, విరామం ఇవ్వకుండా. ఒక్కొక్క సారి, అవి నిజాలో కల్పితాలో కూడా తెలియదు. మిలటరీ వాళ్లంతా ఇంతే. అంతెందుకు అక్కడ పనిచేసి రిటైరయిన వంటవాడు కూడా, తాను సర్వీస్ లో ఉన్నప్పుడు, శత్రువుల హెలికాప్టర్ ని పసిగట్టి కూల్చేశానని ప్రగల్భాలు పలుకుతాడు" అన్నారు. అశోక్ ని బద్ధకం పూర్తిగా వదల్లేదు.

"చాల్లే, ఊరుకో అశోక్. దేశం కోసం ప్రాణాలకు తెగించి పోరాడే జవాన్లను, గౌరవించాలి గాని, కించ పరచ కూడదు. అంకుల్ మంచి వ్యక్తి. నీకు తెలుసో తెలియదో, ఎక్స్ సర్వీస్ మాన్ అయినప్పట్నుంచి, ఆయన లోని విశిష్ఠ మైన వ్యాపార దక్షత వెలుగులోకి వచ్చింది. ఆ టాలెంట్ తోనే అమెరికా లో చాలా గ్యాస్ స్టేషన్ లు స్థాపించి, విజయవంతం గా నడప గలుగుతున్నారు. నిజానికి అతను చాలా బిజీ పర్సన్. మనం వెళ్లేసరికి, అతను ఏ పని మీదన్నా వెళ్ళిపోతారేమో. త్వరగా అక్కడకు చేరుకుంటే మంచిది" అన్నాను.

"నీకా భయమేమీ అక్కర్లేదు. నీలాంటి వినమ్రమైన శ్రోత ఆయన గారి ఉపన్యాసాలు వినడానికి వస్తుందంటే, తప్పనిసరిగా పనులన్నీ విడిచిపెట్టి ఇంటి దగ్గరే ఉంటాడు." అశోక్ మాటలు అంకుల్ ని కించ పరుస్తున్నట్టు ధ్వనించాయి.

"అశోక్! ఆంటీ, అంకుల్ నాకు చాలా కావలసిన వాళ్ళని నీకు తెలియదు.

తెలిసుంటే నువ్వలా మాట్లాడవు. ఏదో ఒక రోజున, వాళ్ళెంత మంచి వారో నీకే తెలుస్తుంది." నా మనసులోని భావాన్ని వెళ్ళగ్రక్కాను.

"అబ్బా, ఈ డిస్కషన్ ఇంతటితో ఆపేద్దామా?" అన్నారు విసుక్కుంటూ.

ఆలస్యం అయితే అవుతుందిలే. తను ఎప్పుడు రెడీ అయితే అప్పుడే బయలుదేరొచ్చు అనుకుని లివింగ్ రూమ్ లోనికి వచ్చేశాను.

నేను తయారు చేసిన ఆర్ట్ పీస్ వంక ఓ సారి పరిశీలన గా చూశాను. నా దృష్టి దానికి అతికించిన ఒక పోలరాయిడ్ ఫోటో మీద పడింది. ఆ ఫోటో మాలి ఆంటీ ది. ఆంటీ న్యూయార్క్ వెళ్ళినపుడు స్టాట్యూ అఫ్ లిబర్టీ దగ్గర నిలబడి తీయించుకున్న ఫోటో అది. ఆమె యూ.ఎస్.ఏ. కు వెళ్లిన కొత్తల్లో పంపించింది నాకు. ఇప్పుడది కొంచెం వెలిసిపోయి వుంది. ఫోటో లో సన్నగానూ, కొంచెం చిక్కి ఉన్నట్టుగా అనిపించింది. కానీ ఆమె అందం మాత్రం చెక్కు చెదర లేదు. నా చిన్ననాటి ఫోటోలతో సహా మిగతా ఫోటోలన్నీ చూశాను. పాత జ్ఞాపకాలు చుట్టు ముట్టాయి. ఎందుకో నా కళ్ళు చెమ్మగిల్లాయి.

ఆంటీ అసలు పేరు మాలిక. అందరూ ఆమెను 'మాలి' అని ఆప్యాయంగా పిలుస్తారు. చిన్నప్పుడు నేను ఆంటీని "పిన్ని" అని పిలిచే దాన్ని. నిజానికి మాలి పిన్ని మా అమ్మ కు తోబుట్టువు కాదు. నా చిన్నప్పుడు, నన్ను తన సొంత కూతురులా సాకింది. అందుచేత పిన్ని అని పిలవటం నాకు అలవాటయి పోయింది. ఆమె అమెరికా లో ఉంటూ,

మొట్టమొదటి సారి, తను పుట్టిన ఊరైన మా ఊరు వచ్చినపుడు, పిల్లలందరూ, ఆమెను గౌరవంగా ఉంటుందని, 'అమెరికా ఆంటీ' అని పిలవటం మొదలెట్టారు. అప్పట్నుంచి, నేను పిన్ని అని పిలవటం మానేసి మాలి ఆంటీ అని పిలుస్తున్నాను. ఆంటీ మా ఊరు వచ్చినప్పుడల్లా, ఆమె బంధువులు, ఇరుగు పొరుగు వాళ్ళు, చాలా మంది ఆమె ను చూడటానికి వచ్చేవారు. ఇక అక్కడి పిల్లలైతే ఆంటీ వచ్చే టైం కి గంట... రెండు గంటల ముందే, వాళ్లింటి దగ్గర గుమిగూడేవారు.

వచ్చినప్పుడల్లా ఆంటీ పిల్లలికి అమెరికా చాక్లెట్లు ఇచ్చేది, ఆమె కార్లో వచ్చి, ఇంటి దగ్గర దిగే సరికి, పిల్లలు ఆమె వైపు ఆశ్చర్యం తో నోళ్లు వెళ్ళబెట్టి చూసేవారు.

అమెరికా కు వెళ్లక పూర్వం, ఆంటీ చీరలతో కూడిన సాంప్రదాయ వస్త్ర ధారణ చేసేది. అమెరికా నుండి ఇండియా కు వచ్చినపుడు జీన్స్, టాప్ లాంటి మోడరన్ డ్రెస్సెస్ తో వచ్చేది. అంతే కాదు పొడవు గా ఉండే జుట్టు పొట్టిగా కత్తిరించబడి, గిరజాల జుట్టయింది. ఆమె కను బొమలు, క్రింది సగ భాగం షేవ్ చేయబడి, సన్నగా మారాయి. పెదవులు రంగు వేయబడి, తళుక్కుమని మెరుస్తూ కనిపించేవి. ఒక్క మాట లో చెప్పాలంటే, ఆంటీ సినిమా హీరోయిన్ వలె ఉండేది. అంతే కాకుండా ఆమె దగ్గర అరేబియన్ అత్తరు కంటే మంచి సెంటు వాసన వచ్చేది.

ఆ రోజుల్లో, ఎక్కడ నలుగురు గుమిగూడినా ఆంటీ గురించే మాట్లాడుకునే

వారు. కొంత మంది ఆకతాయిలు టీ షాపుల్లోనూ, రచ్చ బండ దగ్గర బీడీలు కాలుస్తూ, ఆంటీ గురించి గుసగుసలాడుకుని, ఆంటీ తన అమెరికా మొగుణ్ణి వదిలేసి, ఇండియా లో ఇంకొకణ్ణి వెతుక్కోవడానికి వచ్చిందని, లేని పోని పుకార్లు కూడా సృష్టించే వారు. ఆ పుకార్లు, కొందరి సోమరిపోతు మూకల మధ్య చెక్కర్లు కొట్టేవి.

నేను పుట్టక ముందు నుంచీ ఆంటీ వాళ్ళ కుటుంబం, మా కుటుంబం, ఇరుగు పొరుగు కుటుంబాలే అయినప్పటికీ, ఒకే కుటుంబం లా కలిసి మెలిసి ఉండేవట. తర్వాత కూడా అదే సఖ్యత కొన సాగుతూ వచ్చింది. మాలి ఆంటీ అసలు పేరు మాలిక అని ఇంతకు ముందే ప్రస్తావించాను. నలుగురు అక్కా చెల్లెళ్ల లో మాలి ఆంటీయే పెద్దది. తన చెల్లెళ్లందరి కంటే అందమైనది చలాకైనది కూడా.

తిరువాన్కూరు తాలూకా లో ఉన్న కొట్టాయం ప్రాంతం నుండి వలస వచ్చిన సిరియన్ క్రిస్టియన్ కుటుంబాల్లో, ఆంటీ గారి కుటుంబం కూడా ఒకటి. ఆ కుటుంబంలో ఆడా మగ తేడా లేకుండా అందరూ కష్టపడి పని చేసేవారు. ఆ కుటుంబాలన్నీ కలిసి కట్టుగా శ్రమించి, హానికరమైన పాములు, విష క్రిములకు నిలయమైన రాతి బంజరు భూములను సాగు కు అనువుగా బాగు చేసి పంటలు పండించారు.

ఆంటీ వాళ్ళ నాన్న గారి పేరు మత్తాయిచన్. ఆయన సాత్వికుడు, సత్ప్రవర్తన కల వాడు. నక్సలిజం ప్రబలి ఉన్న ఆ రోజుల్లో కూడా మధ్యవర్తి

గా వ్యవహరించి, భూస్వాములకు లేబరుకు మధ్య రాజుకుంటున్న తగాదాలను తీర్చేవాడు. ఆ విధంగా ఆ రెండు తెగల మధ్య, ఎన్‌కౌంటర్ల ద్వారా రక్తపాతం జరగకుండా ఆపేవాడు. క్రమ క్రమంగా ఆ ఊళ్లో ఒక పెద్ద మనిషి గా మంచి పేరు సంపాదించాడు. ఆ ఊరి వాళ్లంతా ఆయన్ని ఎంతో గౌరవ భావం తో చూసేవారు. ఆయన పై గల ఆప్యాయత తో ఆయన పేరు మీద ఆ ఊరి ఉత్తర భాగాన ఉన్న హిల్లాక్ కు 'మత్తాయ్ మల' అని పేరు పెట్టారు. ఎందుకంటే... ఒకప్పుడు బండ రాళ్ళతో నిండి ఉండే హిల్లాక్ ను ఇప్పుడు పచ్చని చెట్లతో, రంగు రంగుల పూల మొక్కలతో చల్లని వాతావరణంతో విరాజిల్లే టూరిస్టుల దర్శనీయ స్థలం గా మారడానికి గణనీయమైన కృషి చేశాడు కాబట్టి.

అంతే కాకుండా ఆయన ఎంతో శ్రమకోర్చి, ఆ కొండ ఏటవాలు ప్రాంతాల్లో టాపియోకా ప్లాంటేషన్స్ పొలాల్లో నాటి, అక్కడి రైతులకు అది ఒక లాభ దాయకమైన వ్యవసాయ ప్రక్రియ అని నిరూపించాడు. అసలు ఈ టాపియోకా మొక్క విత్తనం, కొన్ని శతాబ్దాల క్రితం, పోర్చ్ గ్రీస్ వారి ద్వారా ఇండియా లో, వారు ఆక్రమించుకుని పాలించిన భాగానికి చేరింది.

ఈ టాపియోకా మొక్కల వేరులే కర్రపెండెలం దుంపలు గా లావు గా మారి, అట్టడుగు వర్గాల వారికి ముఖ్యమైన ఆహార పదార్థంగా ఉపయోగ పడింది. టాపియోకా ప్లాంటేషన్ మాత్రమే కాకుండా మత్తాయిచన్ రబ్బరు చెట్లను సాగు చేసి, అక్కడి రైతాంగానికి, ఇంకొక వ్యవసాయ ప్రక్రియను కూడా

పరిచయం చేశాడు. చాలా మంది రైతులు రబ్బరు చెట్లను పెంచి ధనికులయ్యారు.

మత్తాయిచన్, టాపియోకా మరియు రబ్బరు మొక్కలను పెంచటమే కాకుండా, ఆ కొండ దిగువ భాగం లో వరి పొలాలు కూడా సాగు చేసే వాడు. తూర్పు తెల్లవారక ముందే లేచి, ప్రొద్దు గ్రుంకే వరకు ఇటువంటి పనులలో అలుపెరగకుండా నిమగ్నమై ఉండేవాడు. శుక్రవారం సాయంకాలం మాత్రం, ఆ కొండ అవతలి వైపునకు వెళ్లి, కొబ్బరి చెట్ల మొవ్వు నుండి తీసి, శుభ్ర పరచ బడిన కొబ్బరి కల్లు త్రాగే వాడు. ఇంటికి తిరిగి వచ్చేటప్పుడు, టీ షాప్ నుంచి వేడి వేడి మషాలా వడలు, అరటి చిప్స్ తెచ్చే వాడు. ఆ రోజు సాయంకాలం ఇరుగు పొరుగు వారి పిల్లలు అతని రాక కోసం కాసుక్కూచునే వారు. తాగి తూలుకుంటూ వస్తూ కూడా, గరం గరం గా ఉన్న వడల వేడి తగ్గకుండా, బాగా ప్యాక్ చేయించుకుని, ఆ ప్యాక్ ని తన చంక లో పెట్టుకుని వచ్చే వాడు. తర్వాత అందరూ కలిసి, పోర్టికో పిట్ట గోడమీదకూర్చుని, మషాలా వడలు , ఉడకబెట్టిన కర్ర పెండెలం దుంపలు, మిర్యాల పొడి, చిప్స్ తోబాటుగ, ఎండు చేపల పులుసు లో నంజుకుని తినే వారు. కడుపు నిండాక ఇంటి ముందు వాకిటిలో, కిరసనాయిలు దీపం చుట్టూ కూచునే వారు. పిల్లలు మత్తాయిచన్ ని కథ చెప్పమనేవారు. మత్తాయి ఒక్కొక్క సారి కథ చెప్పే వాడు. ఒక్కొక్కప్పుడు జానపద గీతాలు పాడే వాడు. ఆ గీతాల ద్వారా సెయింట్ థామస్ అనే ఆధ్యాత్మిక వేత్త,

గాస్పెల్ లోని ముఖ్యాంశాలను ప్రజలకు బోధించే వాడట. ఆ గీతాలకు తగిన "మార్గం కళి" అనబడే, ఒక రకమైన డాన్స్, కూడా మత్తాయిచన్ కి వచ్చు. ఆ డాన్స్ ను పిల్లలికి నేర్పే వాడు. ఆ విధంగా పిల్లలందరికీ, శుక్రవారం రాత్రులు తీపి గురుతులు గా నిలిచి పోయేవి.

కానీ అశని పాతం లా మత్తాయిచన్ జీవితం లో ఒక విషాద సంఘటన జరిగింది. ఒక రోజు ఉదయాన్నే, మత్తాయిచన్ టాపియోకా తోటలో కలుపు మొక్కలను తొలగిస్తున్నాడు. ఉదయం పూట కూడా ఎండ తీవ్రత ఎక్కువగానే ఉంది. అప్పటికింకా అతని భార్య టిఫిన్ తేలేదు. కొంచెం అలసటగా వున్నా, ఆతను టిఫిన్ వచ్చే వరకు పని చేస్తూనే ఉంటాడు.

అంతలో ఎండుటాకుల రంగు లో ఉన్న రక్త పింజరి అనే ఒక రకమైన విష సర్పం, అతని ఎడమ మోకాలు మీద చటుక్కున కాటేసింది. వెంటనే మత్తాయిచన్ వెనక్కి తిరిగి, తన చేతిలో ఉన్న కొడవలి తో పాము ను రెండు ముక్కలు గా నరికి చంపేశాడు. కానీ దాని విష ప్రభావం తో అతని నోటి నుండి నురుగు వెలువడటం మొదలైంది. స్పృహ తప్పి నేలకొరిగాడు. అంతలో అతని భార్య, సూసన్న అతని కోసమని ఉపాహారం తెచ్చింది. నేల మీద పడి ఉన్న మత్తాయిచన్ ని ఆ స్థితి లో చూసి, భయం తో సహాయం కోసం గట్టిగా అరిచింది. ఆ చుట్టు ప్రక్కల పని చేస్తున్న కొందరు వ్యక్తులు వచ్చి, మత్తాయిచన్ ను ఆ ఊర్లో పేరున్న ఒక పాము మంత్రం వేసే వాని దగ్గరకు తీసుకెళ్లారు. అతని మంత్రాలతో ఏమీ లాభం లేక పోయింది. ఈ

లోపున అతని మోకాలు నల్లబడిపోయింది. అప్పుడు మత్తాయిచన్ ని గవెర్నమెంట్ హాస్పిటల్ కి తీసుకెళ్లారు. ఆలస్యం అవ్వటం తో మోకాలు చచ్చుబడి పోయిందని, మోకాలి చిప్ప వరకు కాలు ఆపరేట్ చేసి తీసి వెయ్యక పోతే, అతని ప్రాణానికే ముప్పు అని చెప్పి, కుటుంబ సభ్యులను ఒప్పించి, డాక్టర్లు మత్తాయిచన్ కాలు, ఆపరేషన్ చేసి తొలగించారు.

హఠాత్తుగా సంభవించిన ఈ పరిణామం వల్ల, అతని తో సహా అతని భార్య, నలుగురు అమ్మాయిలు దుఃఖ సాగరం లో మునిగి పోయారు. కుటుంబ పోషణ అంతా అతని శ్రమ మీద ఆధారపడి ఉంది. ఇప్పుడు అతను అవిటివాడయ్యాడు. అతనెప్పుడూ సోమరి గా కూర్చుని ఎరుగడు. ఈ పరిస్థితులకు తోడు ఇది జరిగిన కొద్ది రోజులకే ఆ ప్రాంతం లో భీభత్సమైన తుఫాను వచ్చింది. దాని ప్రభావం తో హిల్లాక్ ఏటవాలు ప్రాంతం లో మట్టి జారిపోవటం తో కాపుకొచ్చిన పంటలన్నీ పాడయి పోయాయి. రాను రాను అప్పటివరకు కూడబెట్టిన చర, స్థిరాస్తులన్నీ తరిగి పోయాయి. అతని శక్తి, ధైర్యం కూడా తగ్గుముఖం పట్టాయి. ముందు ముందు రోజులెలా గడుస్తాయో అన్నది ఆ కుటుంబ సభ్యులందరికి ప్రశ్నార్థకం గా మారింది. అతనికి ఏంచెయ్యాలో అర్థం కాలేదు. ఈ నేపధ్యం లో అతని ఆరోగ్యం పూర్తిగా చెడిపోయింది. ఇటువంటి పరిస్థితుల పర్యవసానం గా అతని జీవితం ఎంతో కాలం సాగలేదు.

ఆంటీ వాళ్ళ నాన్న పోయాక వాళ్ళ కుటుంబానికి రోజులు గడవటం

కష్టమై పోయింది. కొన్నాళ్ల పాటు వాళ్ళ కుటుంబానికి మేమే ఆధారమయ్యాము. మామీద పూర్తిగా ఆధార పడటానికి వాళ్ళు బిడియ పడే వారు. వద్దని ఎంత వారించినా, ఆంటీ వాళ్ళమ్మ కొందరి ఇళ్లలో వంటావిడ గా పనిచేసి, కుటుంబాన్ని పోషించేది. అయినా వచ్చే ఆదాయం సరిపోయేది కాదు. ఆ తరుణంలో నలుగురి అక్క చెల్లెళ్లలో పెద్దదైన మాలి ఆంటీ... వాళ్ళమ్మకి ఇష్టం లేకపోయినా తాత్కాలికంగా చదువు మానేసింది. కొంత మంది ధనిక కుటుంబాల పిల్లలికి ట్యూషన్స్ చెప్పి, ఆంటీ కూడా ఎంతో కొంత డబ్బు సంపాదించేది, వేడి నీళ్లకు చన్నీళ్ళు సాయం అన్నట్టుగా. వాళ్ళిద్దరి సంపాదన తో ఆ కుటుంబం ఒకరి మీద ఆధార పడకుండా సాగిపోయేది. తర్వాత ఆంటీ అలా ప్రైవేట్ ట్యూషన్లు చెపుతూనే నర్సింగ్ కోర్స్ లో చేరింది. అంత బిజీ గా ఉండి కూడా ఆంటీ ప్రతిరోజూ ఏదో టైం లో మా ఇంటికొచ్చి కొంత సేపుండి వెళ్తూవుండేది. నన్ను తన సొంత బిడ్డలా చూసుకొనేది. నా చిన్నప్పుడు నేను గట్టిగా ఏడుస్తున్నప్పుడల్లా, ఆంటీ నన్ను ఎత్తుకోగానే ఏడుపు ఆపేసేదాన్నట.

నేను హై స్కూల్ లో చేరే వరకు, నాకు ఆంటీ వాళ్ళ కుటుంబ విషయాల మీద, అంత అవగాహన లేదు. నాకు అర్థం చేసుకునే వయసొచ్చాక, అప్పుడప్పుడు ఆంటీయే నాకు అన్ని విషయాలు పూస గుచ్చినట్లు చెప్పేది.

ఆంటీ, ఒక ప్రక్క ఆర్థిక సమస్యలను నెట్టుకొస్తూనే నర్సింగ్ లో డిగ్రీ

సంపాదించింది. ఆమె యొక్క సత్ప్రవర్తన, ఆ ప్రొఫెషన్ మీద ఆమెకున్న మమకారం ఒక గవర్నమెంట్ హాస్పిటల్ లో నర్స్ ఉద్యోగం సంపాదించి పెట్టాయి. ఆంటీ... బాధ్యత గల నర్సు గా, పేషంట్ లను ఎప్పుడూ ఆప్యాయం గా పలకరించేది.

అంకిత భావం తో తన డ్యూటీలను సక్రమంగా నిర్వర్తించేది. అందువల్ల ఆమెకు గవెర్నమెంటు హాస్పిటల్ లో కూడా మంచి పేరు వచ్చింది.

నర్స్ ప్రొఫెషన్ మీద ఆంటీ కి ఉన్న అంకిత భావాన్ని గుర్తించి, ఒక మిషనరీ ప్రీస్ట్, ఆ కాలం లో అమలులో ఉన్న ఇమ్మిగ్రేషన్ చట్టాల ప్రకారం, పెర్మనెంట్ రెసిడెన్సీ స్టేటస్ తో   అమెరికా లోని ఒక హాస్పిటల్ లో నర్స్ ఉద్యోగంలో చేరేందుకు ఆంటీ కి అన్ని విధాలా సహాయం చేశాడు.

నాకు బాగా గుర్తు. ఆంటీ మొట్టమొదటి సారిగా అమెరికా వెళ్తున్న రోజది. లగేజి తెల్ల అంబాసిడర్ కార్ డిక్కీ లో పెట్టారు. ఆమెను సాగనంపటానికి నేను, ఆంటీ వాళ్ళ చెల్లెళ్లు, రెడీ అయ్యాము. ఆంటీ వాళ్ళమ్మ ఆంటీ ని కౌగలించుకుని కళ్ళల్లో నీళ్లు పెట్టుకుంది. ఆంటీ కూడా ఎమోషన్ కి గురి అయింది. నన్ను, తన చెల్లెళ్లను కారెక్కమని తను కూడా కారెక్కింది. వాళ్లమ్మ ముఖం లో ఉద్వేగం తోబాటు, తన కూతురు ప్రయోజకురాలయింది అన్న సంతోషం కూడా లేక పోలేదు. రైలు ఎక్కే ముందు ఆంటీ కి భావోద్వేగం ఎక్కువైంది. మమ్మల్ని దగ్గరకు తీసుకుని, రైలు ఎక్కింది. మా కళ్ళు చెమ్మగిల్లాయి. రైలు కదిలాక, ఆంటీ నవ్వుతూ

మా వంక చూసి చేతులూపింది. మేము కూడా ఆంటీ కి బై చెప్పి, ఆంటీ కనుమరుగయ్యే వరకూ చూసి, వెనక్కి తిరిగాం.

ఆంటీ అమెరికా లో నర్స్ ఉద్యోగం లో స్థిర పడ్డ తర్వాత, అప్పుడప్పుడు వాళ్ళమ్మకు ఫోన్ చేసినపుడు, చిన్నదాన్నైనా, నా యోగ క్షేమాలు అడిగి తెలుకొనేదట. నేను కూడా ఆంటీ ఎలావుందని ఆంటీ వాళ్ళ చెల్లెళ్ళ ను తరచుగా అడిగి తెలుసుకునేదాన్ని. ఆంటీ అమెరికా నుండి మొట్టమొదటి సారిగా ఇండియా కి వచ్చినపుడు, వాళ్ళ పెద్దలు, అప్పుడు, భారత రక్షణ సంస్థ, ఢిల్లీ విభాగం లో పని చేస్తున్న అలెక్స్ అంకుల్ తో ఆమె వివాహం జరిపించారు. అప్పట్లో అమలు లో ఉన్న చట్టాల ప్రకారం, ఆంటీ అమెరికా వెళ్ళినపుడు, పెర్మనెంట్ లీగల్ రెసిడెన్సీ స్టేటస్ తోనే వెళ్ళింది కాబట్టి, అలెక్స్ అంకుల్, రక్షణ సంస్థ లోని ఉద్యోగానికి స్వచ్ఛందంగా రాజీనామా చేసి, ఆమె భర్త గా ఇమ్మిగ్రేషన్ ఫార్మాలిటీస్ అన్నీ పూర్తి చేసుకుని, ఇక్కడ ఆంటీ తో జాయినయ్యారు. అలెక్స్ అంకుల్ కూడా పెర్మనెంట్ రెసిడెంట్ అయ్యారు కాబట్టి, ఇక్కడ చిన్న వ్యాపారం ప్రారంభించి, అంచెలంచెలుగా ఎదిగి, ఇప్పుడు పెద్ద వ్యాపారవేత్త అయ్యారు.

ఈ జ్ఞాపకాలు నన్ను చుట్టుముట్టడం తో నేను కొంచెం భావోద్వేగానికి లోనయ్యాను. కానీ కొన్ని గంటల్లో ఆంటీ ని చూడబోతున్నాననే ఆలోచన తో మనసు కుదుటబడింది.

మేము మాలి ఆంటీ ఇంటికి చేరుకునే సరికి పదకొండు గంటలు

దాటింది. అప్పటికే మాకోసం ఎదురు చూస్తున్న ఆంటీ, అంకుల్ మమ్మల్ని రిసీవ్ చేసుకునేందుకు బయటికొచ్చారు, ఆంటీ నన్ను ఆప్యాయంగా కౌగలించుకుంది. అంకుల్ అశోక్ తో కర చాలనం చేసి, మా ఇద్దరినీ "వెల్కమ్, లోపలికి రండి" అని ఆహ్వానించారు. "అనుకున్న టైం కి రాకపోయేసరికి మేము కంగారు పడ్డాం" అంది ఆంటీ.

"లేదు ఆంటీ మేము బయలుదేరే సరికే కొంచెం లేటయింది. మీరెలా ఉన్నారు అంకుల్?" అంకుల్ ని పలకరించాను.

"డూయింగ్ గుడ్" అన్నారు, అంకుల్ అలెక్స్. అంకుల్, ఇండియన్ మిలటరీ లో పని చేసి వాలంటరీ గా రిటైర్ అయిన వ్యక్తి లాగా లేరిప్పుడు. బేస్ బాల్ హేట్ క్రింద ఆయన భుజాల వరకు వేలాడుతున్న ఉంగరాల జుట్టు, ఎయిర్ ఇండియా మహా రాజా మీసం లా పైకి మెలి తిరిగిన మీసం, హేట్ క్రింద కొంతవరకు కప్పబడ్డ బాల్డ్ హెడ్ తో, ముఖం లో చెరగని చిరునవ్వు తో, చాలా హుందా గా కనిపించారు. ఆంటీ లో పెద్ద మార్పేమీ కనపడ లేదు నాకు. ఎప్పటి లాగే హుషారుగానే ఉన్నారు. అక్కడక్కడా వెంట్రుకలు తెల్లబడ్డాయి అంతే.

నాకు ఆంటీ గారిల్లు చాలా బాగా నచ్చింది. ఎత్తైన సీలింగ్ , ఫ్రెంచ్ శాండ్‌లీయర్, పెద్ద సైజు అద్దాల కిటికీలు, వాళ్ళ లివింగ్ రూమ్ కి మరిన్ని అందాలు తెచ్చి పెట్టాయి. వివిధ రకాల నగిషీలతో చైనా లో

తయారు చెయ్యబడ్డ సోఫా సెట్ ఆ లివింగ్ రూమ్ కి నిండుదనం చేకూర్చింది.

ఆ ఇంటి బ్యాక్ యార్డ్ కు దగ్గర లో పెద్ద సరస్సు ఉంది. ఆ సరస్సు లో కొన్ని తెల్లని హంసలు నీటి మీద తేలుతూ ఆడుకుంటుంటే చూడ్డానికి ఆహ్లాదకరంగా ఉంది. ఆ సరస్సు చుట్టూ పబ్లిక్ వాకింగ్ ట్రాక్ ఉంది. లివింగ్ రూమ్ కి చేర్చి ఉన్న కిచెన్ లో ఆధునికమైన వంట సామగ్రి, వివిధ రకాలైన కట్లరీ ఉన్నాయి.

అక్కణ్ణించి ఆంటీ నన్ను ఫ్యామిలీ రూమ్ కి తీసుకుని వెళ్ళింది. అక్కడ ఫైర్ ప్లేస్ కి దగ్గరలో ఇటాలియన్ స్టైల్ లో తయారు చేయ బడ్డ కేబినెట్స్ ఉన్నాయి. ఆ కేబినెట్స్ యొక్క అరల్లో ప్రదర్శింపబడ్డ రక రకాల కళా ఖండాల్ని చూస్తే ఎవరైనా ఆశ్చర్యపోతారు. వాటిలో మన ప్రాచీన కళాసంపద ఉట్టి పడుతోంది. ఆ విషయమే ఆంటీ తో చెప్పాను. అంకుల్, ఆంటీ దంపతుల కళాభిరుచికి అశోక్ కూడా ముగ్ధుడయ్యారు. అశోక్... అంకుల్ ని మెచ్చుకుంటూ తన అభిప్రాయాన్ని చెప్పారు. "ఆ మన్నన అంతా మీ ఆంటీ కే దక్కుతుంది" అన్నారు అంకుల్. అందరం నవ్వుకున్నాం.

ఒక కేబినెట్ లో కొన్ని అరలు వాళ్ళ పిల్లలకు వచ్చిన ట్రోఫీలు, మెడల్స్ తో నిండిపోయాయి. ఆ కేబినెట్ ప్రక్కన, గ్లాస్ కేసు లో ఫ్రేమ్డ్ ఫోటోలతో అందంగా అలంకరింపబడ్డ ఫామిలీ ట్రీ ఉంది. అశోక్, అంకుల్ ఫోటో ని పరీక్ష

గా చూశాడు. ఆ ఫోటో లో ఆయనకు మీసం లేదు. బహుశా అలెక్స్ అంకుల్ తన ఇరవయ్యో పడిలో తీయించుకున్న ఫోటో అయి ఉంటుంది. ఆ ఫామిలీ ట్రీ లో వాళ్ళ అమ్మాయి, అబ్బాయి ఫోటో లు కూడా ఉన్నాయి. "మీ అమ్మాయి, అచ్చం నువ్వు చిన్నప్పుడు ఎలా ఉండే దానివో అలా ఉంది" అన్నాను ఆంటీ తో. ఆంటీ నవ్వుతూ చెప్పింది, "ఇప్పుడది స్టాన్ ఫోర్డ్ యూనివర్సిటీ లో ప్రీ-మెడ్ చదువుతోంది. అబ్బాయేమో విల్లనోవా యూనివర్సిటీ లో సివిల్ ఇంజనీరింగ్ చదువుతున్నాడు."

"మీ అబ్బాయి కూడా అంకుల్ లాగా స్మార్ట్ గా ఉన్నాడు." నా కామెంట్ కి అందరూ నవ్వేశారు. అలెక్స్ అంకుల్, ఆంటీ తో "మాలీ ! అశోక్ కి నేను మన బేస్‌మెంట్ చూపెడతాను. మాకు తినేందుకు ఏమైనా తెచ్చి పెడతావా, అక్కడికి?" అన్నారు.

“అలాగే. అశోక్ మంచి అబ్బాయి. అతనికి ఇప్పటినుంచే మీ పాడు అలవాట్లు నేర్పకండి" అంది ఆంటీ. తర్వాత నావైపు తిరిగి, "నీలా!... కొట్టాయం లో పుట్టి పెరిగిన వారు కాబట్టి ఆ ప్రాంతపు ఆతిథ్యమిస్తేనే గాని మీ అంకుల్ మనసు కుదుట పడదు" అంది. అంకుల్ ఓ క్షణం ఆంటీ కళ్ళల్లోకి చిలిపిగా చూసి, "అశోక్! లెట్ అజ్ గో డౌన్" అని బేస్‌మెంట్ లోనికి దారి తీశారు. అశోక్, అంకుల్ ని ఫాలో అయ్యేరు.

***

“అలెక్స్ అంకుల్ కి శ్రోత దొరికితే చాలు ఉక్కిరి బిక్కిరి చేసేస్తారు." అనే అభిప్రాయం ఎందుకో నాలో నాటుకు పోయింది. దాన్ని అంకుల్ నిజం చెయ్యబోతున్నారో ఏమో? చూడాలి..... అశోక్.

***

బేస్మెంట్ యొక్క గోడలన్నీ దక్షిణ భారత దేశం లోని పురాతన కళా ఖండాలతో అలంకరించబడి ఉన్నాయి. బ్రహ్మోత్సవాల ఊరేగింపుల్లో ఏనుగుల ముఖం నుండి తొండం చివరి వరకు వేలాడదీసే దళసరి సిల్క్ వస్త్రం, గోడకు వేలాడదీయబడి ఉంది. అది రంగు రంగుల ఎంబ్రాయిడరీ డిజైన్లతోనూ, ముత్యాలతోనూ అలంకరించబడి, ఆ బేస్మెంట్ కే వన్నె తెచ్చింది. ఇంకా కథాకళి డాన్సు ను ప్రతిబింబించే చిత్రాలు, మరికొన్ని పురాతన కళా ఖండాలు, ఆ బేస్మెంట్ లో తగిన రీతి లో అమర్చబడ్డాయి. ఒక్క మాటలో చెప్పాలంటే, ఆ బేస్మెంట్ ఒక ఆర్ట్ మ్యూజియం ను తలపింపజేస్తుంది. అంతే కాకుండా అక్కడ ఒక హోమ్ థియేటర్ కూడా ఉంది.

అంకుల్, బేస్మెంటు కు ఒక మూలలో ఉన్న హోమ్ బార్ యొక్క లైట్లు వెలిగించారు. నావైపుచూసి చిన్నగా నవ్వి, "రా అశోక్, నాకు ఇష్టమైన చోటిది. ఇక్కడ కొంచెం సేపు హాయిగా గడుపుదాం" అన్నారు. ఆ హోమ్ బార్ లో రకరకాల ఆకారాలలో ఉన్న బాటిల్స్ అందంగా ప్రదర్శింపబడి ఉన్నాయి. అవి అనేక దేశాల నుండి సేకరించి నట్లు విశదమవుతుంది.

ఆంటీ, తాను తయారు చేసిన కొన్ని తినుబండారాలు తెచ్చి టేబుల్ పైన ఉంచి వెళ్లి పోయారు.

" అశోక్, ఈ బాటిల్స్ ని చూశావా? మమ్మల్ని ఎప్పుడు ఖాళీ చేస్తారో నని, మన కోసమే ఎదురు చూస్తున్నాయి. చెప్పు, నువ్వు ఏ ఏ డ్రింక్స్ లైక్ చేస్తా వు?" అన్నారు అంకుల్ జోవియల్ గా.

"నాకు పెద్దగా అలవాటు లేదు అంకుల్. ఎప్పుడైనా ఫ్రెండ్స్ కి, బీర్ తో మాత్రం కంపెనీ ఇస్తాను."

"ఓ మై డియర్ యంగ్ మాన్, నన్ను డిజప్పాయింట్ చెయ్యకయ్యా. నేనున్నాను, నీకేం కాదులే" అన్నారు నా వీపు తట్టి.

"నాకా భయమేమీ లేదంకుల్, మీకు తప్పకుండా కంపెనీ ఇస్తాను. సరే, నాడ్రింక్ కూడా మీరే సెలెక్ట్ చెయ్యండంకుల్" అన్నాను.

"అధ్గదీ అలా ఉండాలి." నా భుజం తట్టి అంకుల్ తన సంతోషాన్ని వ్యక్తం చేశారు. అంకుల్ కేబినెట్ నుంచి ఒక బాటిల్ తీశారు. దాని గురించి చెబుతూ, ఇలా అన్నారు. "ఇది ఓల్డ్ మాంక్ రమ్. ఇది నేను రెగ్యులర్ గా తీసుకునే మెడిసిన్ లాంటిది. ఇది ఇండియన్ మిలిటరీ లో పని చేస్తున్నప్పుడు అలవాటయింది. అప్పుడు ఇండియా పాకిస్తాన్ సరిహద్దు ను పరిరక్షించేందుకు నియమించిన ఒక బెటాలియన్ లో నన్ను పోస్ట్ చేశారు. పాకిస్తాన్ సరిహద్దు అంటే నీకు తెలుసు గా, మేము హిమాలియన్

పర్వత ప్రాంతాల్లో డ్యూటీ చెయ్యాలి. డ్యూటీ లేని సమయం లో అక్కడి ఎముకలు కొరికే చలిని తట్టుకోవడానికి, మిగతా జవాన్ల తోబాటు, ఈ ఓల్డ్ మాంక్ రమ్ కి, నేనూ అలవాటు పడ్డాను. పవిత్రమైన పర్వత సానువుల్లో మొట్ట మొదటి సారిగా ఈ పానీయాన్ని, కాచి తయారు చేశారని చెబుతారు. దట్టమైన మంచు తో కప్పబడిన ఆ గుహల్లో తపస్సు చేసుకునే సాధువులు ఈ రమ్ ను సేవించే వారని ప్రతీతి. వాళ్లకు అతీతమైన శక్తులుంటాయని కొందరంటారు. నీకు తెలుసో లేదో, ఆ సాధువులు హిమాలయాల్లోని ఎముకలు కొరికే చలికి అలవాటు పడిపోయారు. ఆ చలి వాళ్ళనేమీ చెయ్యలేదు.

ఇప్పుడు నేను యూ.ఎస్.ఏ. లో ఉన్నాను కాబట్టి, ఈ డ్రింక్ ని, ఇండియా లో ఉన్న ఒక స్నేహితుడు నాకోసం ప్రత్యేకంగా తెప్పించి, సీ మెయిల్ ద్వారా పంపిస్తుంటాడు. ఇండియాలో అతనికి లిక్కర్ స్టోర్స్ వున్నాయి, కాబట్టి ఇది అతనికి పెద్ద సమస్య కాదు." ఈ విషయాలు చెబుతూనే, అంకుల్, రెండు గ్లాసుల్లో ఐసు క్యూబ్స్ వేసి, ఓల్డ్ మాంక్ రమ్ తో నింపారు. ఇద్దరం చీర్స్ తో ఓల్డ్ మాంక్ రమ్ ను సిప్ చెయ్యటం ప్రారంభించాము.

"ఇది, పానీయం మాత్రమే కాదు, చక్కని ఔషధం కూడా. లవ్ లో ఫెయిల్ అయిన ప్రేమికులు దీన్ని సేవిస్తే, వారి పగిలిన గుండెల్ని, ఇది రిపేరు చేస్తుంది. అంతే కాదు, సైనికులకు యుద్ధం లో గెలిచేందుకు, గుండె నిండా

కావలిసిన ధైర్యాన్ని... మనసు నిండా ఏకాగ్రతను నింపుతుంది" అన్నారు నవ్వుతూ.

అంకుల్ దీర్ఘమైన సిప్స్ తీసుకుంటూ మధ్య లో తినుబండారాలను ఆరగిస్తూ, ఇండియా పాకిస్తాన్ బోర్డర్ కి సంబంధించిన విషయాలు చెప్పడం మొదలెట్టారు నేను కూడా అంకుల్ కి కంపెనీ ఇస్తూ ఆయన చెప్పిన విషయాలు ఆసక్తి తో వింటున్నాను. మధ్యలో గోడకు బిగించి ఉన్న దుప్పి తల వైపు చూశాను. దాని కొమ్ములు తల కంటే క్రిందికి దిగి ఉన్నాయి. ఆ కొమ్ములకు అనేక పలవలు ఉన్నాయి. ప్రకాశవంతంగా ఉన్న దాని కళ్ళ తో, అది నా వంక చూస్తున్నదా అన్నట్టు ఉంది. ఓ క్షణం నేను అవాక్కయ్యాను. ఆ కొమ్ముల క్రింది భాగం లో, హిమాలయ పర్వతాల మధ్య ప్రకృతి సౌందర్యాన్ని చిందిస్తూ వున్న దాల్ సరస్సు యొక్క చిత్రం... విశాలమైన ఫ్రేమ్ లో గోడకు అమర్చ బడి ఉంది.

"ఆ దుప్పి తల మీకు ఎక్కడ లభించింది అంకుల్?"

"అశోక్, మీ ఆంటీ ఈ ప్రశ్న నన్నెప్పుడూ అడగలేదు. నేను కూడా ఆమెకు ఎప్పుడూ చెప్పలేదు కూడ. మీ ఆంటీ కి వేట అంటే ఇష్టముండదు. నిజం చెప్పాలంటే ఆమెకు వేటంటే భయం. ఆమె, రక్తాన్ని చూస్తే వణికి పోతుంది. కానీ చేపల వేపుడన్నా, పులుసన్నా ఇష్టంగానే తింటుంది మరి!" నవ్వి, మళ్ళీ చెప్ప సాగారు. "అయినా తను నేను వేటకు వెళ్లడమంటే అస్సలు జీర్ణించుకోలేదు. నాకేమో మిలిటరీ లో

చేరింతర్వాత, వేట ఒక హాబీ అయిపోయింది. నేను వేటకు వెళ్ళానంటే, మీ ఆంటీ నాకు విడాకులిచ్చి, వెళ్లి పోయినా ఆశ్చర్య పడనక్కరలేదు." మళ్ళీ నవ్వుతూ నాకేసి చూశారు. "అసలు ఎప్పట్నుంచో వేట పై నాకు మక్కువ ఉండేది. బహుశా యుద్ధం లో మనిషిని చంప గలిగినప్పుడు జంతువును చంపటం ఎంత అనిపించేది." ఓల్డ్ మాంక్ ని సిప్ చేసి ఒకసారి, గోడకు తగిలించి ఉన్న దుప్పి తల వంక చూసి ఇలా అన్నారు.

"నేను కొన్ని రకాల అడవి పందుల్ని మాత్రమే వేటాడాను. కానీ దుప్పిని కాల్చటం మాత్రం అదే మొదటి సారి. నా వేటకు కూడా అదే ఆఖరి రోజు." ఒక నిట్టూర్పు విడిచారు.

"వేటాడ్డం మానేశారా ఏంటంకుల్?" అని అడిగాను. నా ప్రశ్నకు అలెక్స్ అంకుల్ సుదీర్ఘమైన జవాబిచ్చారు.

"నేను కొన్ని రోజుల పాటు అడవుల్లో ఎత్తైన బురుజుల లాంటి దిమ్మల పై ఉండాల్సి వచ్చేది. శత్రువులు ఎవరైనా భారత భూభాగం మీదకు చొరబడితే, వాళ్ళని కాల్చి చంపటమే నా పని. ఆ పనికి ముందుగానే నాకు ట్రైనింగ్ ఇచ్చారు. నిజానికి నేను ఎవరినీ చంపే అవసరం పడలేదు. ఒకరోజు నేను ఎత్తైన ప్రదేశం నుండి నలు వైపులా గమనిస్తున్నపుడు దగ్గరలో ఉన్న ఒక దట్టమైన బుష్ నుండి ఎవరో కదులుతున్న శబ్దాలు వినిపించాయి. శత్రువులెవరైనా మన భూభాగం లోనికి చొరబడి ఆ బుష్ లో దాక్కున్నారేమోననిపించింది నాకు. సమయాన్ని వృథా

చెయ్యకుండా, వెంట వెంటనే తుపాకీ తో రెండు మూడు షాట్లు పేల్చాను. అటువైపు నుండి ప్రతిస్పందన లేదు. కానీ ఆ తుప్పల లోపల నుండి ఎవరో కదులుతున్న శబ్దాలు వినిపించాయి. నాకు అనుమానమొచ్చి, క్రిందికి దిగాను. తుపాకీని గురి చూపిస్తూ ఆ తుప్పల వైపు వెళ్లాను. కొంత దగ్గరకు వెళ్ళేటప్పటికి, ఒక దుప్పి బులెట్ గాయాలతో రక్తం కార్చుకుంటూ, బెరుకు బెరుకు గా కాళ్ళీడ్చుకుంటూ ముందుకు పోవడానికి ప్రయత్నిస్తూ ఉంది. కొంతదూరం అలాగే వెళ్లి, ప్రక్కనే ఉన్న మొక్క జొన్న పొలం లోనికి పోయి అక్కడ పడిపోయింది. అది పడిపోయిన వైపునకు మెల్లగా నడిచాను. దాని గాయాల నుండి కారిన రక్తపు చారల ఆధారం గా ఇంకా కొంత దూరం ముందుకు నడుస్తూ ఆ దుప్పి స్పష్టంగా కనిపించేటంత దగ్గరకు వెళ్లాను. ఆ దుప్పిలో కదలిక లేకపోవటంతో అది చనిపోయిందని ధ్రువ పడింది.

విచిత్రమేమిటంటే, అక్కడ ఒక ఆడ జింక, ఆ దుప్పి ప్రక్కనే ఎం చెయ్యాలో తెలియక విచారంగా నిలబడి ఉంది. ఆ జింక కడుపు చూశాక, అది ఒక పసి కూనకు జన్మనివ్వటానికి ఎన్నో రోజులు పట్టక పోవచ్చునని నాకనిపించింది. అది దూరంగా ఉన్న నావంక దీనంగా చూసింది. కానీ పారిపోలేదు.

దాని వంక చూడ్డానికి నాకు ముఖం చెల్ల లేదు. నేను చేసిన పని సరదా కోసం కాక పోయినా తొందరపడి తప్పు చేసేనేమో అనిపించింది. కావాలని

వేటాడక పోయినా, తొందర పాటుతో చేసినందువల్ల, ఆ చర్యను కూడా నేను వేట గానే భావించాను

అంతే... ఆరోజు నుంచీ నేను వేటకు పూర్తిగా స్వస్తి చెప్పాను!

యు సీ అశోక్! మనం వయసులో ఉన్నప్పుడు వెనుకా ముందూ ఆలోచించకుండా సరదా కోసం కొన్ని పనులు చెయ్యడానికి సిద్ధపడతాం. అదే కొన్ని అనుభవాలను చవి చూశాక మునుపటిలాగా ముందుకు దూకలేం. మన ఆలోచనలు సాగినంత వేగంగా మన చేతలు ఉండవు. మనం అనేక కోణాలలో ఆలోచించి నిర్ణయాలు తీసుకుంటాం.

ఇదే నేను చివరి సారి కాల్చి చంపిన జంతువు యొక్క అసలు రూపం. చూశావు గా దీని కొమ్ములకి పద్నాలుగు సూది మొనలున్న పలవలున్నాయి. నా తోటి సైనికులు కొందరు ఆ దుప్పి తలను మరిపించే, ఈ కళాఖండాన్ని, పేరున్న ఆర్టిస్టులతో తయారు చేయించి, నాకు బహూకరించారు. మళ్ళీ వేట కు సిద్ధమయ్యే ఆలోచన నా బుర్రలో ఉత్పన్నమవకుండా ఉండడానికి దీన్ని ఇక్కడ ప్రతిష్టించాను" అని చెప్పి ఒక నిట్టూర్పు విడిచారు.

అంకుల్ కొంచెం ఎమోషన్ కు లోనయ్యారు. టాపిక్ మార్చడం మంచిదనిపించింది.

"ఆ దాల్ సరస్సు, దాని చుట్టూ రకరకాల పూల మొక్కలతో కూడిన

పచ్చని మైదానాలు, ఆ వెనుక వెండి కొండల్లా దర్శనమిచ్చే హిమాలయాలు, వాట బ్యూటిఫుల్ సీన్ అంకుల్!" అన్నాను, దాల్ సరస్సు పిక్చర్ ని చూపిస్తూ.

"అవును కదా. నువ్వెప్పుడైనా కాశ్మీరు వెళ్ళావా?" లేదు అన్నట్టు గా తలా ఊపాను.

"ఓ మై డియర్ యంగ్ మాన్, భూమ్మీద ఎక్కడైనా స్వర్గం ఉందా అని అడిగితే, అది కాశ్మీర్ మాత్రమే అని తప్పక చెప్పొచ్చు.

నీలతో నువ్వు ఎప్పుడైనా కాశ్మీర్ కు వెళ్తే, ఒక షికారా ని రెంట్ కి తీసుకోండి. షికారా అనేది చిర కాలం నుండి, వాడుక లోనున్న ఒక రకం పడవ. అక్కడ వాళ్ళు ఆనవాయితీ గా ఇచ్చే పానీయం సేవించండి. ఆ పడవ లో షికారు చేస్తూ హిమాలయాల వంక చూడండి. సూర్యుడు అస్తమిస్తున్నపుడు, ఆకాశంలో రంగులెలా మారుతాయో చూడాలి గాని, చెప్ప తరం కాదు. సూర్యుని అరుణ కాంతులు మెల మెల్ల గా సమసి పోతాయి. పడమటి ఆకాశం క్రమంగా మసకబారి పోతుంది. అన్ని వైపులా చీకటి అలుముకుంటుంది. ఆకాశం నిండా మిణుకు మిణుకుమంటూ నక్షత్రాలు నయనానందకరంగా దర్శనమిస్తాయి. ఆ నక్షత్రాల్ని చూస్తూ, నీటి ఉపరితలం మీద వీచే చల్లని పిల్లగాలులకు వళ్ళు పులకరిస్తుంటే, నీటి కెరటాలు పడవను లయ తప్పకుండా తాకుతున్న శబ్దాలు మనలో

ఉత్సాహాన్ని నింపుతూ ఉంటే చెప్పలేని మధురానుభూతి కలుగుతుంది" అంటూ కవిత్వ ధోరణి లో ప్రసంగించారు.

అంకుల్ మనస్సులో ఆందోళన కు బదులు మధురానుభూతులు చోటు చేసుకున్నాయి. అంకుల్ ఓ క్షణం ఆగారు.

"ఆ సరస్సు వెనకాల వెండి తెరల్లా ఉన్న హిమాలయాల్ని చూశావా? ఆ హిమాలయాల్లో తపస్సు చేసుకునే సాధువులు, ఆహార పానీయాలు లేకుండానే అనేక శతాబ్దాలు జీవిస్తారట!

వయస్సు తోబాటు వాళ్ళ శరీరం కృశించదట. ప్రకృతి వైపరీత్యాలకు వారు అతీతులని కొందరు చెబుతూ ఉంటారు. వారు గతం గురించి ఆలోచించరు. భవిషత్తు గురించి కూడా ఆలోచించరు. కానీ వర్తమానం లో సంతోషం గా జీవిస్తారు. మనం అలా కాదు. అహంభావాన్ని పెద్ద బెలూన్ లా పెంచుతాం. అది పగిలింతర్వాతగాని తెలియదు, దాల్లో ఏమీ లేదని" అని చెబుతూండగానే, గ్లాసు ఖాళీ అయింది. ఈ సారి అంకుల్ ఫిలాసఫర్ గా మారారు. గతం లో నేను అంకుల్ మీద ఏర్పరచుకున్న అభిప్రాయం పోయి, ఆయన్ని మనసు లోనే మెచ్చుకో సాగాను.

"ఇక మీదట మీరెప్పుడైనా ఇండియాకు వెళ్ళినపుడు, కాశ్మీరు ను సందర్శించడం కూడా మీ ప్రణాళిక లో చేర్చుకోండి." అంకుల్ సలహా ఇచ్చారు.

"కాశ్మీర్ టూర్ కు వెళ్లాలని నేను ఎప్పట్నుంచో అనుకుంటున్నాను అంకుల్. తీవ్రవాదుల బెడదతో ఆ ప్రాంతం లో ఎప్పుడూ యుద్ధ వాతావరణం నెలకొని ఉంటుందని వార్తల లో వింటున్నాం. అక్కడ ప్రశాంత వాతావరణం పునరుద్ధరింపబడ్డాక, మేము తప్పక విజిట్ చేస్తాం" అన్నాను.

దాంతో అంకుల్ గట్టిగా నవ్వేశారు. ఒక చేత్తో గ్లాస్ పైకెత్తారు, మరో చేత్తో మీసం మెలి తిప్పారు.

"అశోక్ నువ్వు విన్న వార్తలు మీడియా ద్వారా కదా?" అవునన్నట్టు గా తల ఊపాను.

"అవునా? నేను ఆ మిలిటెంట్లను చూశాను. వాళ్లతో నడిచాను. వాళ్లతో యుద్ధం కూడా చేశాను." అంకుల్ మాటలకు ఆశ్చర్యం వేసింది. శత్రువు తో అంత క్లోజ్ గా ఎలా మెలిగేరన్నది నాకు కొరుక్కుపడని విషయం. అంకుల్ చెప్ప సాగేరు.

"నేను శత్రువులతో క్లోజ్ గా సంచరించటం మీకు విచిత్రం గా అనిపించ వచ్చు. ప్రమాదం కాదా అని మీరు ఆశ్చర్య పోవచ్చు. ఎంత కాలమని ఒక మనిషి ఇంకొక మనిషిని కోపంగా చూడ గలడు? మనస్సు ఆకాశం వంటిది. ఒక్కొక్క సారి ఆకాశం కూడా తనను ఆవరించిన మబ్బులు తొలగి, ప్రకాశవంతంగా కనపడుతుంది. ఒక దీపావళి నాడు మేమున్న స్థావరం దగ్గర మా కోసం ఆహారం సరఫరా చేసే టీమ్, మామూలుగా మాకిచ్చే

ఆహారం తో బాటు ప్రత్యేకంగా తయారు చేయించిన రెండు స్వీట్ బాక్స్ లు డ్రాప్ చేశారు. ప్రతి పండగకి ఒక స్వీట్ బాక్స్ మాత్రమే ఇస్తారు. కానీ ఆరోజు, చెడు మీద మంచి సాధించిన విజయానికి చిహ్నమైన పండగ రోజు కాబట్టి, అదనపు స్వీట్ బాక్స్ కూడా మాకిచ్చారు.

నిజానికి మాకు ఒక స్వీట్ బాక్స్ చాలు. అందుచేత రెండో స్వీట్ బాక్స్ ని, సరిహద్దు కంచె కు అవతలి వైపున ఉన్న పాకిస్తానీ స్థావరం లోని సైనికులకు అందజేయాలని నిర్ణయించాం. విరోధం, దేశాల మధ్యగాని సైనికుల మధ్య కాదుగా. అలాగని, శత్రు దేశం దురాక్రమణకు దిగితే, ఏమాత్రం అలసత్వం వహించం. ప్రాణాలొడ్డి పోరాడుతాం. ఇరు దేశాలకు శత్రువులయిన, టెర్రరిస్టులు భారత భూభాగం మీదకు చొరబడిన సందర్భాల్లో, పాకిస్తానీ సైనికులు గన్స్ ఫైర్ చేసి మాకు సంకేతాలిచ్చే వారు. సైనికులు పొరుగు దేశం వారైనా వారి వల్ల మనకు హాని లేనప్పుడు స్నేహ భావం కలిగి ఉండటం లో తప్పేముంది?

అయితే, ఈ స్వీట్ బాక్స్ ని పాకిస్తానీ సైనికులకు అందజేయటం ఎలా? నియమాలు పాటించకుండా బోర్డర్ దాటితే ఏ సైనికుడైనా సహించి ఊరుకోడు. ప్రాణాల మీద ఆశ వదులుకోవలసిందే. అందుచేత, ఆ బాక్స్ లోని స్వీట్స్ ను చిన్న చిన్న ప్యాకెట్ లుగా విభజించి, కంచె అవతలికి వాళ్లకు తెలిసేటట్టుగా విసిరివేసాం. ఆకాశం వైపు గన్స్ కూడా ఫైర్ చేసాం. అది విన్న కొందరు పాకిస్తానీ సైనికులు, గన్స్ తో ఎదురు దాడి

చెయ్యడానికి సిద్ధం గా వచ్చారు. అప్పుడు నేను ధైర్యాన్ని పుంజుకుని, వెపన్స్ ఏమి లేకుండా చేతులు పైకెత్తి కంచె దగ్గరకు వెళ్లాను. వాళ్లకు దీపావళి శుభాకాంక్షలు చెప్పి, స్వీట్ ప్యాకెట్లను చూపించాను. వాళ్ళు గన్స్ దించి, సంతోషం వ్యక్తం చేస్తూ, నాకు, నా తోటి సైనికులకు శుభాకాంక్షలు చెప్పారు. ఇదే పద్ధతిలో ఇరు పక్షాలు ఓల్డ్ మాంక్ రమ్ ను కూడా షేర్ చేసుకునేవాళ్లం. అప్పట్నుంచి పండగలకు, పబ్బాలకు, సంతోషాన్ని ఏదో రూపం లో పంచుకునే వాళ్లం. అలాగని, ఇరు దేశాల మధ్య టెన్షన్ ఉన్నపుడు, మాకందిన ఆదేశాల మేరకు, వీరోచితం గా పోరాడేందుకు ఎప్పుడూ వెనకడుగు వెయ్యలేదు." అంకుల్ కు ఇంకా ఏదో చెప్పాలని ఉంది. తాను చెప్పేది, శ్రద్ధ గా వింటున్నానని అనుకుంటాను, మళ్ళీ చెప్పటం సాగించారు.

"పాకిస్తాన్ ఆక్రమిత కాశ్మీర్ (పి.ఓ.కె.) భారత భూభాగం లో ఉన్న ఒక పర్వత శిఖరం దాటింతర్వాత ఉంది. ఆ పర్వతం యొక్క అవతలి ఏటవాలు భాగం చాలా నిటారుగా ఉంటుంది. ఆ ఏటవాలు ప్రాంతం నుంచి క్రిందికి దిగటమంటే, మృత్యువును కొనితెచ్చుకున్నట్టే. కానీ ఎప్పట్నుంచో, ఎంత కష్టమైనా సరే దిగి, పి.ఓ.కె లోని ఏదైనా ఒక ప్రాంతాన్ని సందర్శించాలని బలమైన కోర్కె ఉండేది నాకు. ఈ చర్య చాలా ప్రమాదం తో కూడుకున్నది. పైపెచ్చు శత్రువులకు దొరకకుండా తిరిగి రావటమన్నది అసాధ్యం, కానీ నాలోని సంకల్పం చెక్కు చెదరలేదు. ఆ ప్రాంతంలో నివసించే కన్నబీలు

తయారు చేసే ఒక ప్రసిద్ధమైన మద్యాన్ని రుచి చూడాలని కూడా ఉబలాట పడేవాణ్ని. ఒక పాకిస్తానీ సైనికుణ్ణి స్నేహ పూర్వకంగా కలిసినప్పుడు, నా కోరిక గురించి ప్రస్తావించాను. అతని పేరు ఫయాజ్. అతను పాకిస్తాన్ వైపు పర్వత శిఖర ప్రాంతంలో గస్తీ తిరుగుతూ ఉంటాడు. ఫయాజ్ అప్పుడప్పుడు ఒక రహస్య మార్గం ద్వారా కొండ దిగి, రేషన్ సామగ్రి తెచ్చు కుంటూ ఉంటాడు. అతను రేషన్ కు వెళ్ళినప్పుడు నన్ను తనతో పి.ఓ.కె ప్రాంతానికి తీసుకెళ్తానని మాట ఇచ్చాడు. అయితే నేను అతన్ని పర్వత శిఖరం లో పాకిస్తాన్ బోర్డర్లో అనుకున్న టైం లో కలుసుకోవాలి. ఈ మార్గం ద్వారా వెళ్ళటం వింటర్ లో అస్సలు వీలుపడదు. మంచు తో దిట్టంగా కప్పబడి ఉంటుంది. నిటారు గా ఉండే పర్వత శిఖరం అవతలి ప్రక్క భాగం నుంచి దిగడానికి ఎంతో ధైర్యం, కొంత ప్రాక్టీసు అవసరం. చిన్న తప్పటడుగు వేశామం టే ఎముకలు నుజ్జు నుజ్జు కాక తప్పదు.

ఒక్క సారైనా ఆ కొండ చరియల్లో విహరించి, పర్వత సానువుల్లోంచి సిల్వర్ నెక్లెస్ రూపం లో జాలువారుతూ, ఆ కొండల మధ్య ప్రవహించే వాగులలో కలిసి పోయే జలపాతాలు, పొరలు పొరలు గా ఉన్న మంచు గడ్డల తో కప్పబడిన పర్వత శ్రేణుల అందాలను వీక్షిస్తే జన్మ ధన్యమౌతుందని నా భావన. ఏమంటావ్ అశోక్?" అని నావంక చూశారు.

"అవును అంకుల్" అన్నాను. అంకుల్, మళ్ళీ తన అనుభవాలను చెప్ప సాగారు.

"నాకు ఆ ప్రాంతాన్ని సందర్శించాలని కోరికైతే ఉంది, కానీ అది ఎలా సాధ్యం? ఈ విషయం మా అధికారులకుగాని, మా తోటి సైనికులకు గాని తెలియకూడదు. అదీ కాకుండా ఈ విషయం పాకిస్తానీ రక్షణ దళాలకు తెలిస్తే మరీ ప్రమాదం. ఫయాజ్ కూడా తీవ్రమైన చిక్కుల్లో పడతాడు. పైపెచ్చు సమయం సందర్భం కలిసి రావాలి. అటువంటి అవకాశం కోసం ఎదురు చూడ్డం తప్పించి, నేను ఏమీ చెయ్యలేక పోయాను. నా సంకల్పబలమో ఏమోగానీ, కొన్నాళ్ళకి నాకొక అవకాశం దానంతట అదే వచ్చింది. ఆ అవకాశాన్ని జారవిడుచుకుంటే, నా కోరిక ఇక ఈ జన్మలో నెరవేరదు అనుకున్నాను. ఎంత కష్టతరమైనప్పటికీ, ప్రాణాంతకమైన ప్రక్రియ అయినా సరే... వెనకడుగు వెయ్యదలుచుకోలేదు.

భారత రక్షణ నిఘా సంస్థ నిపుణులు ఒక రహస్య ఆపరేషన్ కు రూపకల్పన చేశారు. దాని పేరు 'ఆపరేషన్ ఏకవీర'. మన భూభాగం లో చొరబడిన శత్రువుల ఉనికిని, వారి రహస్యాలను కనుగొనడానికి ఒక అద్భుతమైన ప్రయోగంగా ఈ ఆపరేషన్ ని అభివర్ణించడం జరిగింది. ధైర్య వంతులైన యువ జవాన్ల ద్వారా ఈ 'ఆపరేషన్ ఏకవీర' ను నిర్వహించటం జరుగుతుంది. పర్యవసానం గురించి ఆలోచించకుండా స్వయంగా ముందుకొచ్చిన వారే ఈ ఆపరేషన్ లో భాగం పంచుకోవడానికి అర్హులు. ఈ ఆపరేషన్ కు ఎంపిక చేయ బడ్డ ఒక్కొక్క జవాను కు పరిమితమైన ఒక్కొక్క భారత సరిహద్దు ప్రాంతం కేటాయిస్తారు. ఇంకెవరి తోడు లేకుండా

ఏకవీర గా ఎంపికైన ప్రతి జవాను, ఈ ఆపరేషన్ ను ఒంటరిగా నిర్వహించాలి. ఒక నెల పాటు వారికి పూర్తి స్వేచ్ఛ కల్పిస్తారు. ఈ నెలరోజుల్లో, వారికిచ్చిన విధులను విజయవంతంగా నిర్వహించడానికి, అవసరాన్ని బట్టి వారి వారి ప్రణాళికల ప్రకారం, వారు, వారి స్థావరాల్లోగాని, లేక వారికి కేటాయించిన నిఘా పరిసరాలలో గాని, ఇన్ని రోజులు అనే నిబంధన లేకుండా, ఉండవచ్చును. అయితే, భారత సరిహద్దు దాటి మాత్రం పోకూడదు. శత్రువుల కదలికల యొక్క, మరియు వారి రహస్య వ్యూహాలకు సంబంధించిన సమాచారాన్ని సేకరించి, ఆ సమాచారాన్ని అతి గోప్యంగా ఉంచాలి. వారు సేకరించిన సమాచారాన్ని ఎప్పటికప్పుడు సంబంధిత అధికారులకు తెలియజేయాలి. ఇక వారికి కావలసిన సదుపాయాలన్నీ, వారికి చేకూర్చటం జరుగుతుంది. పూర్వం రాజులు వేగులవారి ద్వారా, శత్రువుల దుష్ట పన్నాగాలకు సంబంధించిన సమాచారాన్ని సేకరించే వారు. ఈ ఆపరేషన్ ఏకవీర కూడా అలాంటిదే.

నేను తెగువతో, ప్రప్రధమంగా ఈ ఆపరేషన్ ఏకవీర లో ఒక సైనికుడిగా భాగం పంచుకోవడానికి ముందుకు రావటంతో, నేను కోరుకున్న సరిహద్దు ప్రాంతాన్ని నాకు కేటాయించారు.

ఈ అవకాశాన్ని ఉపయోగించుకుని, ఈ నెల్లాళ్ల వ్యవధిలో నా విధి నిర్వహణ తో బాటు, ఫయాజ్ సహాయంతో, నా చిరకాల వాంఛను కూడా నెరవేర్చు కోవాలని నిర్ణయించుకున్నాను.

నా ఆపరేషన్ ఏకవీర కు అంతా సిద్ధమైంది. ఫయాజ్ ని సంప్రదించి అతనిని ఎక్కడ ఎప్పుడు కలుసుకోవాలో తెలుసుకున్నాను. ఆపరేషన్ ఏకవీర గురించి ఫయాజ్ కు తెలియకుండా చాలా జాగ్రత్త పడ్డాను. బోర్డర్ దాటి వెళ్లడం నాకిచ్చిన ఆదేశాలను అతిక్రమించినట్టే. కానీ బోర్డర్ దాటితే శత్రువుల గురించి మరింత వాస్తవ సమాచారాన్ని సేకరించవచ్చనే ఆలోచనకూడా లేకపోలేదు.

నా ఆపరేషన్ ఏకవీర కూడా మొదలైంది. నాకు కేటాయించిన నిఘా పరిసరాలలో ముందుగా నేను ఫయాజ్ ను కలుసు కోవాల్సిన చోటుకు దగ్గరలో ఉన్న కొన్ని పల్లెల్లో, అతి రహస్యంగా సివిల్ దుస్తుల్లో సాధారణ పౌరుడిలాగా సంచరించి కొంత విలువైన సమాచారాన్ని సేకరించాను. ఎప్పటికప్పుడు ఆ సమాచారాన్ని సంబంధిత అధికారులకు అతి రహస్యంగా చేర వేయటం మొదలెట్టాను.

అనుకున్న ప్రకారం... ఒక రోజున, నేను అన్నిటికి తెగించి ఫయాజ్ కూడా ఒక యాత్రికుడి లాగ ప్రయాణమయ్యాను. నా మిలిటరీ దుస్తులు బ్యాక్ ప్యాక్ లో ఉంచుకున్నాను.

కొన్ని గంటల తర్వాత ఫయాజ్ నన్నొక రహస్య స్థావరాలుండే ప్రదేశానికి తీసుకుని వెళ్ళాడు, దాని ఉనికి మిగతా పాకిస్తానీ సైనికులకు కూడా తెలియదు. అక్కడి ఇళ్ళు... దూరానికి పర్వతం మీద చెక్కబడ్డ రాతి గుహల్లా కనబడతాయి. అవి తేనెపుట్టల్లా దగ్గర దగ్గరగా నిర్మింపబడి

ఉన్నాయి. ఫయాజ్ అక్కడున్న ఓ రాతి గుహ లాంటి ఇంటి తలుపు తెరిచి, నన్నక్కడే ఉండమని, లోపలికి వెళ్ళాడు. అక్కడ ఎవరుంటున్నారో నాకు తెలియదు. అతను లోపలికి వెళ్తున్నప్పుడు, లోపలి నుంచి ఘాటైన పొగ నన్ను చుట్టు ముట్టింది. దాంతో, నాకు ఊపిరి ఆడడం కష్టమైంది. కళ్ళ వెంబడి నీరు కారడం మొదలైంది. కాస్సేపటికి నేను తేరుకున్నాను. ఫయాజ్ తిరిగి వెలుపలికి వచ్చాడు. నేను పడే ఇబ్బందిని గమనించాడు.

"ఏం ఫర్వాలేదు. కాస్సేపటికి నువ్వు ఈ వాతావరణానికి అలవాటు పడతావు. నీకిది కొత్త అనుభవం అవుతుంది, భయం లేదు. నువ్వు ఈ ఇంట్లో ఉండు. ఈ ఇంట్లో ఉన్న వాళ్ళు నీకు కావలసిన సదుపాయాలన్నీ చేస్తారు. నేను ఈ కొండ క్రిందికి దిగి రేషన్ సరుకులు తీసుకుని వస్తాను. అప్పుడు మనం తిరిగి వెళ్ళిపోవచ్చు. నువ్వు ఇక్కడ గడిపిన సమయం నీకు, జీవితం లో మరిచిపోలేని మధుర క్షణాలు గా మిగిలి పోతాయి" అన్నాడు. ఏదో పనున్నట్టు లోపలి గది లోనికి వెళ్ళి, కాస్సేపటికి తిరిగి వచ్చాడు. "ఇక నేను వెళ్ళి సత్వరమే వచ్చేస్తాను నేస్తం" అని చెప్పి, ఆ కొండ క్రిందకు ప్రయాణం సాగించాడు.

కాస్సేపటికి షుమారు పది సంవత్సరాల వయసు ఉన్న కుర్రాడొకడు, ఓ మట్టి పాత్రతో లేత ఆకు పచ్చ రంగులో ఉన్న పానీయం పట్టుకొచ్చాడు. అదే కన్నబీలు తయారుచేసే భంగ్ లాంటి ఒకరకమైన మద్యం అయివుంటుంది. ముందొక గ్లాసు పానీయం తాగేను. ఇంకా తాగాలనిపించి

మరో గ్లాసు, ఆ తర్వాత ఆపాత్రలోనున్న పానీయం అంతా కానిచ్చేసాను. కుర్రాడు మళ్ళీ ఆ పాత్ర నిండా పానీయం నింపాడు. ఆ పానీయం నా కడుపు లో పడ్డాక నాలో వాస్తవికత నశించింది. నేను మరేదో లోకం లో ఉన్నానని పించింది. అంతలో నాదగ్గరకు బురఖాలో ఉన్న ఒక స్త్రీ వచ్చి, నా ఎదురుగా కూర్చుంది.

"నీ స్నేహితుడు నిన్ను జాగ్రత్తగా చూడమని చెప్పి వెళ్ళాడు. నీది ఈ ప్రాంతం కాదనుకుంటాను. మొహమాట పడొద్దు, వన మూలికలున్న హుక్కా పీలుస్తావా?" బురఖా లోంచి నన్ను గమనిస్తూ అంది. ఒక సారి తన బురఖాకి ఉండే కవరు తప్పించి ముసి ముసి నవ్వులతో "నాకు తెలుసులే, నువ్వు భారతీయుడవని. ఆందోళన పడకుండా విశ్రాంతి తీసుకో" అని త్వర త్వరగా లోపలి వెళ్ళిపోయింది. ఆమె కామెంట్ నా మనస్సు లో ప్రకంపనలు సృష్టించటమే కాదు, పారవశ్యం కూడా కలిగించింది. వెనక్కి వెళ్తున్న ఆమెను కనుమరుగయేంత వరకు చూస్తూ ఉండిపోయాను.

నాకో సందేహం కలిగింది, నేను భారతీయుణ్ణని ఆమె టామ్ టామ్ వేస్తుందా లేక నన్ను ఆటపట్టించడానికే అలా కామెంట్ చేసిందా? అని. కానీ ఆమె కళ్ళల్లోని ఉత్సాహం, ఊహకు అందని చూపులు నాకలా అనిపించ లేదు. ఆమె మళ్ళీ కనపడుతుందేమోనని అటువైపే చూశాను. సిక్స్త్ సెన్సో ఏమో ఆమె పాకిస్తాన్ కు చెందిన యువతి కాదని

నాకనిపించింది. ఆమె గురించి ఇంకా కొన్ని విషయాలు తెలుసుకోవాలనే కుతూహలం నాలో పెరిగింది." అని చెప్పి కొంచంసేపు మౌనం వహించారు అంకుల్.

నేను కల్పించుకుని, " అవునంకుల్, ఇరవయ్యో పడి లో ఉన్న యువకుడికి , క్షణికంగా కలిగిన ఆలోచనలు, ఏర్పడిన మమతలు అతని మీద ఎక్కువ ప్రభావం చూపిస్తాయి. ఖచ్చితత్వం జోలికి పోయి కాలయాపన చెయ్యరు" అన్నాను.

"దట్ సీమ్స్ రైట్, అశోక్. ఆ తర్వాత, ఫయాజ్ తిరిగి రావటం, మేము మా మా స్థావరాలకు వెళ్ళిపోవటం జరిగింది." నేను మళ్ళీ ఏకవీర నిషా లో మునిగి పోయాను.

కొన్ని రోజులు గడిచి పోయాయి. మళ్ళీ ఆమెను చూడాలనే తపన మాత్రం పోలేదు. అందుకే నేను ఆపరేషన్ ఏకవీర విధులను నిర్వహిస్తూనే, వీలయినప్పుడల్లా ఆమెను చూడ్డానికి వెళ్లే వాణ్ని. ఆమెతో సరదాగా గడపటం కోసం మాత్రం కాదు కానీ, ఎందుకో చెప్పలేను. నేను వెళ్ళినప్పుడు కొన్ని సార్లు పట్టించుకునేదే కాదు. కొన్ని సార్లు మాత్రం నాతో సరదాగా కబుర్లు చెప్పేది. క్రితం రంజాన్ సీజన్లో నేను అక్కడికి వెళ్ళినప్పుడు, ఆ ఇంటి తలుపు మూసి ఉంది. తలుపు గట్టిగా తట్టి, చాలా సేపు నిరీక్షించాను. స్పందన లేకపోవటంతో లోపల ఎవరూ లేరని భావించి, తిరిగి వెళ్లిపోదామా అనుకున్నాను. కానీ నా మనసు

ఒప్పుకోలేదు. ఇంకా గట్టిగా తలుపు తట్టాను. చివరి ప్రయత్నంగా తలుపుకు చెవి ఆనించి వింటే, లోపల ఎవరివో అడుగుల చప్పుళ్ళు వినిపించాయి. తలుపు కొద్దిగా తెరిచి, వచ్చింది నేనేనని నిర్ధారణ చేసుకుని, ఆమె తలుపు పూర్తిగా తెరిచింది. తన ముఖం మీది తెరని పైకి లేపి నన్ను లోపలికి రమ్మంది. ముందు గదిలో ఎవరూ లేరు కానీ లోపల ఎవరో ఉన్నట్టుగా అస్పష్టంగా మాటలు వినపడ్డాయి.

"ప్రొద్దు పోయేవరకు ఈ ప్రాంతంలో కర్ఫ్యూ విధించారు. నీకు తెలియదా?" అని అడిగింది. తెలియదని చెప్పి అక్కడ ఒక పాత దివాన్ కాట్ ఉంటే దాని మీద కూర్చున్నాను. ఆమె ఒక పాత్ర లో చల్లటి భంగ్ పానీయం తెచ్చి, త్రాగమంది. నేను మెల్లగా సిప్ చేస్తుండగా ఆమె నాకోసం హుక్కా రెడీ చేసి, వెలిగించి ఇచ్చింది. నా ఎదురుగుండా కూర్చుని నావంక తీక్షణంగా చూసింది. ఆ చూపులు నా గుండెను తాకాయి. నేను కొంచెం ఇబ్బందికి గురి అయ్యాను, కానీ వెంటనే తమాయించుకున్నాను. ఆమె అలా చూడటానికి కారణం వెతక సాగాను.

"నీకీ ప్రదేశం బాగానచ్చినట్టుంది. అంతేనా లేక ఎవరితో నైనా ప్రేమలో పడ్డావా?" అని సుతారం గా అడిగింది. నేను కొంచెం తడబడ్డాను. అలాంటిదేమీ లేదని, దాని గురించి ఇంతవరకు ఏమీ ఆలోచించలేదని చెప్పి ఆ పాత్రలో మిగిలిన డ్రింక్ ని ఒక్క గుక్క లో త్రాగేశాను.

ఆమె లేచి ఖాళీ పాత్రను భంగ్ పానీయం తో నింపుకుని రావడానికి

లోపలికెళ్ళింది. ఆమె అడిగిన ప్రశ్నలకు తబ్బిబ్బయిన నేను, హుక్కా తీసుకుని త్వర త్వరగా కొన్ని దమ్ములు పీల్చాను. ఆమె పాత్ర నిండా భంగ్ నింపుకొని వచ్చి, త్రాగమని నాకిచ్చింది. నేనాభంగ్ పానీయాన్ని సిప్ చెయ్యటం మొదలెట్టాను. కొద్ది క్షణాల నిశ్శబ్దం తర్వాత ఆమె తన గురించి చెప్పింది. ఆమె కాశ్మీరీ హిందూ యువతి. పేరు షాలిని. స్కూలు నుండి ఇంటికి వెళ్తూండగా ఆమెను మిలిటెంట్లు నిర్బంధించి అడవి లో వాళ్ళుండే రహస్య ప్రాంతానికి తీసుకొని పోయారు. అక్కడ ఆమెను చితక బాది చాలా రోజులు క్రూరంగా హింసించారు. ఆమె తొడలపై ఇనుప చువ్వల తో కొట్టి తనను మతం మార్చుకొని, ఆ మిలిటెంట్ లీడర్లలో ఒకడిని పెళ్లి చేసుకోమని బలవంతం చేశారు. ఆమె దానికి ఒప్పుకోక పోతే తన కుటుంబంలో యావన్మందినీ చంపేస్తామని బెదిరించారు. నేను నమ్మలేక పోయాను. నోట మాట రాలేదు. భంగ్ ను వేగంగా సిప్ చెయ్యసాగేను. జమ్మూ కాశ్మీర్ లో ఆమె పైనే కాదు, వయసు లో ఉన్న అందమైన అమ్మాయిల పై ఇలాంటి రాక్షస కృత్యాలు తరచుగ జరుగుతూనే ఉన్నాయి. తుపాకి చూపించి, యువతుల బంగారు కలలనన్నిటినీ సర్వ నాశనం చేస్తున్నారు. పై చదువులు చదివి, ఆమె... టీచర్ అవుదామనుకుంది. కానీ ఆమె కలలన్నీ కరిగిపోయాయి. బలవంతంగా ఒక మిలిటెంట్ తో షాలిని పెళ్లి చేసేశారు. కొన్నాళ్ళకు ఆమె ఒక మగ శిశువు కు జన్మనిచ్చింది. కానీ ఆబిడ్డ ఆమెకు పురిటి చూపులే మిగిల్చి, ప్రాణాలు విడిచాడు. తన కొడుకుని తలుచుకొని ఏడవడానికి కూడా

ఆమెకు కన్నీళ్లు మిగలలేదు. తన బిడ్డ బ్రతికి ఉంటే, అక్కడ పనిచేస్తున్న కుర్రవాళ్లలో ఒకడై ఉండేవాడని, కొంత వయసొచ్చాక, బోర్డర్ దాటించి, తనను తాను పేల్చుకొమ్మని, వాణ్ని అమాయక ప్రజలను చంపడానికి ఆయుధంగా వాడుకునే వారని, బహుశా దైవం ఆ శిశువుపై ఎక్కువ మమకారంతో మిలిటెంట్ల దుర్మార్గానికి పావు గా మారక ముందే తన దగ్గరకు తీసుకు పోయేడేమోనని చెప్పి కన్నీటి పర్యంతం అయింది. కళ్ళు తుడుచుకుని మౌనంగా ఉండిపోయింది, ఆమెను ఎలా ఓదార్చాలో నాకు అర్థం కాలేదు. ఆమె గతమంతా నా కళ్ళ ముందు కదలాడింది. విశాలమైన కళ్ళు అందమైన ముఖ వర్చస్సు గల ఒక స్కూల్ గర్ల్, ఆమె కన్న కలలు, దానికి ప్రతికూలంగా ఆమె జీవితం లో ఊహించని, భరించ శక్యం కాని పరిణామాలు, జీవచ్ఛవం లా కొన సాగుతున్న ఆమె జీవితం నా మనసు ని కలచి వేశాయి.

షాలిని ఈ విషయాలన్నీ నాకెందుకు చెప్పింది? నన్ను తన ఆత్మీయుడిగా భావించిందా? నా ద్వారా ఆమె జీవితం మళ్ళీ వెలుగు చూస్తుందని ఆమెకు నాపై నమ్మకం ఏర్పడిందా? అదే నిజమైతే నేను ఆమెకు నాపై కలిగిన నమ్మకాన్ని, ఏ విధంగా నిలబెట్టుకోగలను? ఇటువంటి ప్రశ్నలు నా మనస్సులో తారట్లాడటం మొదలెట్టాయి. నాకు పరిష్కారమేదీ గోచరించలేదు. మళ్ళీ వీలైనప్పుడు వస్తానని చెప్పి, తిరిగి వచ్చేశాను.

షాలిని తన గత చరిత్ర నాకు చెప్పటానికి గల కారణాలను విశ్లేషిస్తే, రెండు కారణాలు గోచరించాయి నాకు. ఒకటి, నేను తనను ప్రేమిస్తున్నానేమో అని అనుమానం వచ్చి ఉండవచ్చును. నేనొక నిర్ణయానికి వచ్చే ముందు తన గత చరిత్ర నాకు తెలియటం మంచిది అనుకుని ఉండవచ్చును. రెండు, తనను మిలిటెంట్ల బారినుండి రక్షించి, భారత్ లో నున్న తన కుటుంబానికి అప్పగించటం కోసం, నేనీ సాహస కృత్యానికి పూనుకున్నానని అనుకుని ఉండవచ్చును.

షాలిని కి తెలుసు ఈ రెండింటి లో, ఏ ఒక్కటి ఆచరణ సాధ్యం కాదని, పైపెచ్చు ప్రాణాలకే ముప్పు కలుగుతుందని. అందుకే నన్ను దుందుడుకుగా వ్యవహరించ వద్దని హెచ్చరించటానికే అలా చెప్పిందేమో.

ఒక్కటి మాత్రం చెప్ప గలను. అంతర్గతంగా నాకు ఆమెను ఆ దుండగుల బారినుండి రక్షించి, సురక్షితంగా తన స్వస్థలానికి చేర్చాలనే బలీయమైన తపన ఉండేది. కానీ, అందుకోసం ఏంచెయ్యాలో తెలియని సందిగ్ధావస్థలో ఉండే వాడిని. మాఇద్దరిలో ఎవరు ఎక్కడున్నా, మా స్నేహం మాత్రం విడదీయలేనిది.

బోర్డర్ లో టెన్షన్ అంతగా లేనప్పుడు, వాతావరణం కూడా అనుకూలించినపుడల్లా నేను... ఏకవీర నిఘా కొనసాగిస్తూనే, షాలిని ఉండే రహస్య స్థావరానికి వెళ్లే వాడిని. ఒకొక్క సారి మధ్యాహ్న సమయంలో నన్ను ఇద్దరికీ తెలిసిన ఒక రహస్య ప్రదేశం లో ఉండమని, ఆమె తన

స్థావరం నుండి ఏదో సాకుతో తప్పించుకుని వచ్చి నన్ను కలిసేది. మేమిద్దరం సూఫీ ముస్లింల పుణ్యక్షేత్రం లో కొంతసేపు మాటా మంతీ తో కాలక్షేపం చేసేవాళ్ళం. అక్కడున్నజనం తో కలిసి పోయి, మా జాడ ఎవరికీ తెలియకుండా జాగ్రత్త పడే వాళ్ళం. అదిరి పోయేంత బిగ్గరగా సాగుతున్న ఖవాలీ మ్యూజిక్ వింటూ, పొగలు చిమ్ముతున్న సుగంధ ద్రవ్యాల వాసనలు పీలుస్తూ, మేము కూడా తన్మయత్వాన్ని పొందే వాళ్ళం. కొన్ని రోజులు ఆ పర్వత శ్రేణుల్లో ధ్యానం చేసుకునే సాధువుల సాంగత్యం లో గడిపి, వారి ప్రవచనాలు వింటూ వర్తమానాన్ని మర్చి పోయి, ఆనంద సాగరం లో మునిగి పోయే వాళ్ళం. అలా గడిపిన ఆ కొద్ది రోజులు మా ఇద్దరి జీవితాల్లో మరపు రానివి.

ఒక సారి ఎప్పటిలాగే ఆ పర్వత శ్రేణుల్లో గడిపి, రాత్రి తిరిగి వచ్చేసరికి, ఆ లోయలో కర్ఫ్యూ విధించారని తెలిసింది. బోర్డర్ ప్రాంతంలో విపరీతమైన బాంబు ప్రేలుళ్ళు, తుపాకి కాల్పుల శబ్దాలు వినపడ్డాయి. హెలికాప్టర్లు ఆకాశం లో ఫ్లడ్ లైట్ల తో తిరుగుతూ మిలిటెంట్ల కోసం గాలిస్తున్న ఛాయలు స్పష్టంగా కనిపించాయి. వందల కొద్దీ మిలిటెంట్లు భారత దేశం లో ప్రవేశించారనే వదంతి బయలు దేరింది. నేను నెర్వస్ గా ఫీలయ్యాను. నా గుండె వేగంగా కొట్టుకో సాగింది. నా ఉనికిని పాకిస్తాన్ బలగాలు కనిపెట్టినా, భారత హెలికాప్టర్లు నేను పాకిస్తాన్ భూభాగం లో ఉన్నట్టు పసిగట్టినా, నేను జీవితాంతం తప్పించుకోలేని ప్రమాదం లో చిక్కుకున్నట్టే.

షాలిని నాకు దగ్గరగా వచ్చింది. ఎముకలు కొరికే చలి లో కూడా నా ముఖానికి పట్టిన చెమట బిందువులను తుడిచింది. చెదరి పోయిన నా జుట్టు లో తన వేళ్ళను పోనిచ్చి దువ్వి, నన్ను స్వస్థ పరిచింది.

"ఎందుకలా ఆందోళన పడిపోతావు? నువ్వు భయం లేకుండా పోరాడే సైనికుడవని మరిచి పోకు. ప్రాణాలు కూడా లెక్క చెయ్యని మనో స్థైర్యం నీకుంది. ఈ యుద్ధ వాతావరణం నీకేమీ కొత్త కాదు. కొంత సేపటికి అంతా సద్దుమణిగి పోతుంది. నీకొక బురఖా ఇస్తాను. పరిస్థితులు చక్కబడే వరకు ఈ బురఖా ధరించి నాతో ఉండిపో. అప్పటి వరకు ఈ బురఖా నిన్ను రక్షిస్తుంది" అని నాకు ధైర్యాన్ని నూరి పోసింది.

షాలిని ఇచ్చిన బురఖా ధరించి, యుద్ధ వాతావరణం సన్నగిల్లే వరకు అక్కడ కొన్ని గంటలు గడిపాను. తర్వాత షాలిని కి గుడ్ బై చెప్పి... చెట్లు, పొదలను తప్పించుకుంటూ దట్టమైన పొగ మంచు లో నా మిలిటరీ యూనిఫామ్, గన్, వగైరా వస్తువులు దాచిన చోటికి వెళ్లాను. మిలిటరీ యూనిఫామ్ లోనికి మారిన తర్వాత బోర్డర్ వైపునకు కొండ ఎక్కటం మొదలు పెట్టాను. కొద్దిసేపటికి బోర్డర్ కు చేరుకున్నాను.

ఆకాశం మేఘావృతమై ఉంది. శత్రువులు దాటి వచ్చేందుకు అవకాశం లేకుండా, బోర్డర్ ప్రక్కనే లోతైన కందకం త్రవ్వబడి ఉంది. వేరే మార్గం కోసం అన్వేషించేటంత సమయం లేదు. పర్యవసానం గురించి ఆలోచించ కుండా, ధైర్యం చేసి ఆ కందకం లో దూకేశాను. బలమైన గాయాలు విరిగిన

ఎముకలతో స్పృహ తప్పి పడి ఉన్న నన్ను బోర్డర్ పెట్రోలింగ్ టీం గమనించి, మిలిటరీ హాస్పిటల్ లో చేర్చారు. స్వస్థత చేకూరి మళ్ళీ నేను డ్యూటీ లో చేరే సరికి ఆరు నెలలు పట్టింది" అని అంకుల్ కొద్ది సేపు మౌనం వహించిన తర్వాత మళ్ళీ తన ప్రసంగాన్ని కొనసాగించారు.

"శత్రువుల అనుమానాస్పద కదలికలను పసిగట్టటానికి, నేను బోర్డర్ కు వెళ్లానని, ప్రమాద వశాత్తు నేను కందకం లో పడి, తిరిగి స్థావరానికి చేరుకోలేక పోయానని, బోర్డర్ పెట్రోలింగ్ టీం నన్ను గమనించి, హాస్పిటల్ లో చేర్చారని, అందరూ భావించారు. నేను ధైర్య సాహసాలతో 'ఆపరేషన్ ఏకవీర' విధులను విజయవంతంగా నిర్వహించి, ఎంతో కీలకమైన సమాచారాన్ని సేకరించినందుకు నా పై అధికారులు నన్ను అభినందించారు. అందులో... నేను, బోర్డర్ దాటి వెళ్లిన తర్వాత నాకు అవగతమైన, ఉగ్రవాదుల కదలికలకు సంబంధించిన కొన్ని విషయాలు అతి కీలకమైనవి. అయినప్పటికీ... నాకిచ్చిన ఆదేశాలకు భిన్నంగా, నేను బోర్డర్ దాటి వెళ్లిన సంగతి, ఇప్పుడు నీకు తప్ప మరెవరికీ చెప్పలేదు. 'ఆపరేషన్ ఏకవీర' యొక్క గడువు కూడా పూర్తయింది.

అదిగో ఆ గ్లాస్ కేబినెట్ లో వ్రేళ్ళాడదీసిన 'ఆపరేషన్ ఏకవీర' బంగారు పతకాన్నిచూడు. ఆ పతకాన్ని నాకు రక్షణ శాఖకు సంబంధించిన ఒక ముఖ్యమైన ఫంక్షన్ లో ప్రదానం చేశారు.

నేను పూర్తిగా కోలుకున్న తర్వాత, నాపై అధికారులు నన్ను యుద్ధ కార్య

కలాపాలకు పంపడానికి ఒప్పుకోలేదు. యాక్సిడెంట్ తర్వాత మారిన శరీర దారుఢ్యాన్ని దృష్టిలో పెట్టుకుని, నా అనుభవాన్ని , టాలెంట్ ని వేరే విధం గా ఉపయోగించుకొనడానికని, న్యూ ఢిల్లీ డిఫెన్సు విభాగంలో నన్నొక డెస్క్ జాబ్ కు ట్రాన్స్ఫర్ చేశారు" అని అలెక్స్ అంకుల్ దీర్ఘమైన నిట్టూర్పు విడిచారు.

"అంకుల్! ఆ తర్వాత ఎప్పుడైనా మీరు మళ్ళీ షాలిని ని కలుసుకున్నారా?" ఆత్రుత తో అడిగాను.

"న్యూ ఢిల్లీ లో ఛార్జ్ తీసుకున్న తర్వాత, వీలు చూసుకుని, బోర్డర్ దాటి ఆమెను కలుసుకోవాలని ఎంతైనా ఉండేది నాకు. కానీ వైట్ కాలర్ తో ఈ సాహసం చేస్తే, పర్యవసానం ఏమిటో నీకు తెలుసుగా. ఆ నాటి నా విష్, ఇప్పటికింకా అలానే మిగిలిపోయింది. ఇవి కాన్ఫిడెన్షియల్ విషయాలు అయినప్పటికీ, నీతో షేర్ చేసుకోవాలనిపించింది. చూడు అశోక్! జరిగిందానికి చింతించి, మనం ఏం చెయ్యలేం. జరగబోయేదంతా మనమంచికే అనుకొని, మన ప్రస్తుత కర్తవ్యాన్ని నిస్వార్ధం తో నిర్వర్తించాలి.

కాల గమనాన్ని మనం ఆపలేం. న్యూ ఢిల్లీ లో వైట్ కాలర్ జాబ్ చేస్తున్నప్పుడే మీ ఆంటీ తో నాకు పెళ్లి అవటము, తర్వాత నేను నా జాబ్ కి స్వచ్ఛందంగా పదవీ విరమణ చేసి, ఆంటీ తోబాటు ఇక్కడికి రావటమూ జరిగిపోయింది" అని చెప్పి, అలెక్స్ అంకుల్ తన గ్లాస్ లో మిగిలివున్న ఓల్డ్ మాంక్ రమ్ ని ఒకే ఒక సిప్ లో ఫినిష్ చేశారు.

అంకుల్ అలెక్స్ నిర్వేదం తో తన విష్ గురించి, చివరి సారిగా అన్న మాటలకు ఎలా రియాక్ట్ అవ్వాలో నాకు తెలియ లేదు. అంతలో లంచ్ రెడీ అయిందని పిలుపు వచ్చింది. అందరం కలిసి లంచ్ చేసాం. నీల... ఆంటీ ఇద్దరూ లంచ్ చేస్తూ ఏవేవో కబుర్లు చెప్పుకుంటూనే ఉన్నారు. గత జ్ఞాపకాల ప్రభావం ముఖం లో కనపడనీయకుండా, అంకుల్ అవసరమైనంత వరకే మాట్లాడారు. నేను కూడా లంచ్ చేస్తున్నప్పుడు అంకుల్ మూడ్ ని కీప్ అప్ చెయ్యడానికి ప్రయత్నించాను. ఎలాగైతేనేం లంచ్ చెయ్యటం ముగించాం. రెండు గంటల పాటు రెస్ట్ తీసుకున్న తర్వాత మాలి ఆంటీకి, అలెక్స్ అంకుల్ కి బై చెప్పి, మా ఇంటికని బయలుదేరాం. ఇంటికి చేరేసరికి బాగా చీకటి పడింది.

అంకుల్ కి నాకు మధ్య జరిగిన సంభాషణ ఎలా సాగిందని నీల అడిగినప్పుడు, "ఆంటీ వాళ్ళింటికి వెళ్ళక ముందు, అలెక్స్ అంకుల్ అధిక ప్రసంగి అనుకునేవాణ్ణి. ఆయనతో కొంత సమయం గడిపిన తర్వాత ఆయన పై నాకు పూర్వం ఉండే అభిప్రాయం పూర్తిగా మారిపోయింది. నీలా! అంకుల్ పై నేను అంత క్రితం నీతో చేసిన కామెంట్లను వెనక్కి తీసుకుంటున్నాను" అని చెప్పాను. నీల ముఖం సంతోషం తో తళుక్కున మెరిసింది.

***

4

జమాల్ కు హెచ్-1బి వీసా రావటంతో, నాకు కూడా అతని భార్యగా డిపెండెంట్ వీసా వచ్చింది. దాంతో, ఇద్దరం యూ.ఎస్.ఎ. వెళ్లేందుకు అన్ని ఫార్మాలిటీస్ పూర్తి చేసుకున్నాము..... మాయ

***

కే.ఎల్.ఎం. 747 ఫ్లైట్, బెంగళూరు ఇంటర్నేషనల్ ఎయిర్ పోర్ట్ నుండి బయలుదేరింది. జమాల్ నా చేతిని తన చేత్తో తీసుకుని వేగంగా కొట్టుకుంటున్న తన గుండెకు హత్తుకున్నారు.

"జమాల్! ఇకనుండి మన కష్టాలన్నీ గట్టెక్కుతాయి. నువ్వేమీ ఆందోళన పడాల్సిన అవసరం లేదు." జమాల్ ను సముదాయించాను. జమాల్ హాయిగా నవ్వారు.

విండో లోంచి చూసి విద్యుద్దీపాలతో నిండిన బెంగళూరు సిటీ కి యిద్దరం బై చెప్పాము. గగన తలం లో మా ప్రయాణం సాఫీగానే సాగింది. మాలో కొత్త ఆశలు చిగురించాయి. మధ్యలో రెండు విమానాలు మారాల్సొచ్చింది. సెయింట్ పాల్ ఎయిర్ పోర్ట్ లో ల్యాండ్ అయ్యాక, ఇమ్మిగ్రేషన్ ఫార్మాలిటీస్ పూర్తి చేసుకుని, లగేజ్ తో ఎయిర్ పోర్ట్ బయటికి వచ్చాం. జమాల్ చేరబోయే కంపెనీ ఎంప్లోయీ ఒకాయన, మమ్మల్ని రిసీవ్ చేసుకుని, మాకోసం మినియాపోలిస్ నగరం లో ముందుగానే

ఏర్పాటు చేసిన అపార్ట్‌మెంట్ వద్ద డ్రాప్ చేశారు. అక్కడ సెటిల్ అవ్వడానికి షుమారు వారం రోజులు పట్టింది.

వర్షా కాలం త్వరగా రావటంతో మినియాపోలిస్ చాలా అందంగా వుంది. ఈ కొత్త ప్రదేశం లోని చల్లని వాతావరణం, మంచి గాలి నాలో ఉత్సాహాన్ని నింపాయి. ఎరుపు, ఊదా, పసుపు రంగు ఆకులతో చెట్లు సరికొత్త అవతారంతో వింతగా కనపడ్డాయి. ఎప్పటికి అవి అలానే దర్శనమిస్తే బాగుంటుంది అనిపించింది. వాటి అందాలను తిలకిస్తూ ఏమీ తోచనప్పుడు బాల్కనీ లో కూర్చుని కొంత కాలం గడిపే దాన్ని.

ఈ కొత్త ప్రదేశంలో మేము స్వేచ్ఛావాయువులు పీల్చుకున్నట్లయింది. జమాల్, నేను కలిసి ఇక్కడ ప్రకృతి అందాలను ప్రతిబింబించే సరస్సుల చుట్టూ, సాయంసమయాల్లో చాలా సేపు తిరిగేవాళ్ళం. ఆకాశంలో పక్షి జంటలు ఎగురుతూవుంటే, మాకూ రెక్కలుంటే బాగుండును అనిపించేది. ఆ చల్లని వాతావరణంలో, కూర్చుని కబుర్లు చెప్పుకుంటుంటే మా మనస్సులు గాలిలో తేలిపోయినట్టనిపించేవి. గంటలు క్షణాల్లాగ గడిచి పోయేవి.

జమాల్ ఆఫీస్ కు వెళ్ళినపుడు దగ్గరలోనున్న జాపనీస్ గార్డెన్, కమ్యూనిటీ కాలేజీ, రెడ్ ఉడెన్ బ్రిడ్జి లాంటి పబ్లిక్ ప్లేసెస్ లో కొంత కాలక్షేపం చేసేదాన్ని. వర్షాకాలం రాకతో ప్రకృతి, వింత రంగులు సంతరించుకుంది. రాను రాను చెట్ల ఆకులు పండి రాలిపోవడం

మొదలెట్టాయి. క్రమేపీ చెట్లన్నీ నగ్న రూపం దాల్చాయి. నీలి ఆకాశంలో రత్నాల్లా మెరిసే నక్షత్రాలు మబ్బుల చాటున దాక్కుని కనుమరుగవ్వడం మొదలెట్టాయి.

యూ.ఎస్.ఎ. కు వచ్చిన కొత్తల్లో జమాల్, తాను చేస్తున్న ప్రాజెక్ట్ చాలా మంచిదని, ఆ ప్రాజెక్ట్ వరల్డ్ లో లీడింగ్ ఫైనాన్షియల్ కంపెనీ గా పేరు పొందిన ఒక పెద్ద మల్టీ నేషనల్ కంపెనీ కి సంబంధించిందని, తనకున్న ప్రోగ్రామింగ్ స్కిల్స్ అన్నీ దానిలో ఉపయోగించవచ్చని, ఆ ప్రాజెక్ట్ లో పని చెయ్యటం తనకు ఇంటరెస్టింగ్ గా ఉందని చెప్పేవారు. కొంచెం టైం తీసుకుని, ఆ ప్రాజెక్ట్ వినియోగాన్ని విస్తృతం చెయ్యడానికి, లోతుగా అధ్యయనం చేసి, చిక్కు ముడులు లేని ఒక చక్కటి సాఫ్ట్ వేర్ ను డెవలప్ చేద్దామనుకున్నారు. కానీ అందుకు తన బాస్ అడ్డు తగులుతున్నాడని, ఏదో విధంగా ఆ ప్రాజెక్ట్ ను అతి త్వరగా కాంట్రాక్టు లో పొందు పరచిన గడువు కంటే ముందే పూర్తి చెయ్యమని ఒత్తిడి చేస్తున్నాడని వాపోయేవారు. ఆ ఒత్తిడి తో జమాల్ ఆఫీస్ నుండి ఇంటికి చాలా ఆలస్యంగా వచ్చేవారు. డిన్నర్ టైం కి కూడా ఇంటికి వచ్చేవారు కాదు. ఒక్కొక్కసారి డిన్నర్ అక్కడే ముగించి ఇంటికి ఏ అర్ధ రాత్రో చేరేవారు.

ఇటువంటి బాస్ దగ్గర పని చేయాల్సివచ్చినందువల్ల, యూ.ఎస్.ఏ. కి వచ్చిన కొత్తల్లో మాయిద్దరి మనసుల్లో కలిగిన ఉత్సాహం ఎంతో కాలం నిలువ లేదు. సరదా గా ఇద్దరం కలిసి కొత్త ప్రదేశాలు సందర్శించేందుకు

నీలు పడటం లేదు. ఇంటికొచ్చింతర్వాత జమాల్ తో తీరిగ్గా మాట్లాడే అవకాశం కూడా లేకుండా పోయింది.

ఇటువంటి పరిస్థితుల్లో నాకున్న ఒక్కగానొక్క ఆశాకిరణం నీల. నాకేమీ తోచనపుడు టెలిఫోన్ లో నీల తో మాట్లాడుతూంటాను. అప్పుడప్పుడు నీల మాయింటికి రావటం గాని, నేను వాళ్ళింటికి వెళ్ళటం గాని చేస్తూ, కబుర్లు చెప్పుకుంటాము. ఈ వెసులుబాటు కూడా లేకపోతే, ఇక్కడ కాలం వెళ్ళబుచ్చటం మరింత కష్టమయ్యేది.

నీల తో నాకు మొదటిసారిగా ఒక పాప బర్త్ డే పార్టీ లో పరిచయమైంది. ఆ పాప పేరు అపర్ణ, తండ్రి పేరు ఆనంద్. ఆనంద్... అశోక్ కు కొలీగ్. అయితే, ఆనంద్ పని చేసేదీ, జమాల్ పని చేసేదీ ఒకే క్లయింట్ ఆఫీసు లో. అందుచేత, ఆనంద్ కు జమాల్ బాగా పరిచయం. ఆ పరిచయంతో, అశోక్ నీల దంపతుల తో బాటు అపర్ణ బర్త్ డే ఫంక్షన్ కి మాఇద్దరిని కూడా పిలిచారు.

జమాల్, నేను ఫంక్షన్ హాల్ కు ముందుగానే చేరుకున్నాం. బాల్ రూమ్ లో బాలీవుడ్ మ్యూజిక్ బిగ్గరగా వినబడుతుంది. ముద్దుగా, బొద్దుగా వున్న, చిన్న పిల్లలు హాల్ అంతా కలదిరుగుతూ, ఆడుకుంటున్నారు.

నేను జమాల్ తోబాటు అమెరికా లో అటెండ్ అయిన మొట్టమొదటి ఫంక్షన్ అది. జమాల్ బ్లూ జీన్స్, తెలుపు రంగు కుర్తా వేసుకున్నారు.

నేనయితే ఎంబ్రాయిడరీ వర్క్ తో ఉన్న గాగ్రా చోళీ, బ్లౌజ్ టాప్ కాంబినేషన్ లో వున్న డ్రెస్ వేసుకున్నాను.

నాకు ఆ ఫంక్షన్ కి వచ్చిన వారిలో, అశోక్ మాత్రం తెలుసు. అశోక్ తోబాటు, అతని భార్య అనుకుంటాను, వచ్చింది. చూడగానే ఆకట్టుకొనే అందం ఆమెది.

"నా భార్య నీల" తన భార్యను చూపించి పరిచయం చేశారు అశోక్. నీల నమస్కారం చేసింది. జమాల్, నేను ఆమెకు ప్రతి నమస్కారం చేశాము.

"హెచ్-1బి వీసా మీద జమాల్, డిపెండెంట్ వీసా మీద మాయ, క్రితం నెల ఇక్కడికొచ్చారు." మా ఇద్దరినీ నీల కు పరిచయం చేశారు అశోక్.

"అయితే, అవసరం అయినప్పుడల్లా మీరు నాకు కంపెనీ ఇస్తారన్నమాట" నీల నాతో మాట కలిపారు.

"తప్పకుండా" అన్నాను. అశోక్, జమాల్ ఇద్దరూ ఫంక్షన్ కు వచ్చిన మిగతా స్నేహితులను కలిసి, విష్ చేసి కబుర్లు చెప్పుకుంటున్నారు. మధ్యలో జోకులేసుకుని, బిగ్గరగా నవ్వుకుంటున్నారు. నీల, నేను మాత్రం ఖాళీగా వున్న ఒక టేబుల్ దగ్గర కూర్చున్నాం. ఇద్దరం ఐస్ కోల్డ్ 7-అప్ ఆస్వాదిస్తూ, ఒకరి యోగక్షేమాలు మరియొకరం కనుక్కొని, పిచ్చా పాటీ మాట్లాడు కున్నాం.

"మాయా! మీరు ఈ గాగ్రా చోళీలో చాలా బాగున్నారు."

"అదేం లేదుగాని, మీ మంచితనం మీతో ఆలా అనిపిస్తుంది."

"నిజంగా మాయా! జోక్ కాదు. పోనీ మీ అందం, ఈ చోళీ కి కూడా వన్నె తెచ్చింది, అంటే అతిశయోక్తి కాదేమో! "ఇద్దరం కాస్సేపు నవ్వుకున్నాం. తర్వాత అపర్ణ బర్త్ డే కార్యక్రమాలు ప్రారంభమయ్యాయి. అందరితోబాటు మేము కూడా ఆ వేడుకల్లో పాల్గొన్నాం. అలా ఆరోజు సరదాగా గడిచిపోయింది.

అప్పట్నుంచి నీలతో నాకు మంచి సాన్నిహిత్యం ఏర్పడింది. క్రమంగా మేము ఏకవచనం లోనే మాట్లాడుకోవడం మొదలెట్టాం. నీల నలుగురితోనూ చక్కగా కలిసిపోతుంది. సున్నితమైన మనస్తత్వం ఆమెది. ఎదుటివారి కష్టాలు తనవే అన్నట్టుగా భావించి, తనకు వీలైనంత మేర వారికి సాయ పడుతుంది. వీలయినప్పుడల్లా మేమిద్దరం కలుసుకోవటంగాని, ఫోనులో మాట్లాడుకోవటంగాని చేస్తుంటాం. రోజులు గడిచే కొద్దీ మా ఇద్దరి మధ్య స్నేహం మరింత బలపడింది. నీల లాంటి సౌమ్యమైన స్నేహితురాలు దొరకటం నా అదృష్టం గా భావించాను. మనసు విప్పి మాట్లాడుకోగలిగినంతగా నాకు దగ్గరైంది. నీల ఒక సందర్భంలో ఇలా అంది.

"మాయా! మన ఇద్దరం ఒకే పడవలో ప్రయాణం చేస్తున్న నావికులలాంటి వాళ్ళం. ఖాళీ సమయాల్లో నాకు నువ్వు, నీకు నేను తప్ప మన గోడు వినుపించుకునేవారెవరున్నారిక్కడ? ప్రతీదానికి జీవిత

భాగస్వామి మీద ఆధారపడాల్సిందే, తప్పదు. కాకపోతే మనసులు కలిసినవ్యక్తులు ఎవరైనా మనకు స్నేహితులైతే, మనలాంటి వాళ్లకి, అది మంచి రిలీఫ్ అవుతుంది." ఈ విషయంలో నీలతో నేను పూర్తిగా ఏకీభవించాను ఒక్కొక్కసారి , అశోక్ ఆఫీస్ కు వెళ్తున్నపుడు, నీలను మా ఇంటి దగ్గర డ్రాప్ చేసే వారు. ఇక ఆరోజు మా ఇద్దరి కాలక్షేపానికి కావలసినంత టైముండేది. మా ఇద్దరి మధ్య ఏర్పడిన ఇటువంటి అనుబంధంవల్ల, దేనికైనా నాకు నీల తోడుగా వుంటుందనే ధైర్యం కలిగింది.

నాకు జమాల్ తో ఇండియా లో సిలికాన్ వేలీ అని పేరొందిన బెంగళూరు సిటీ లో పరిచయమేర్పడింది. ఆ సిటీ లో దేశీయ విదేశీయ సాఫ్ట్ వేర్ కంపెనీలు కోకొల్లలు గా వెలిశాయి. అందువల్ల ఆ కంపెనీల్లో పనిచేస్తూ ఎంతోమంది కంప్యూటర్ నిపుణులు అక్కడే సెటిల్ అయ్యారు. నేను ఒక ఇన్ఫర్మేషన్ టెక్నాలజీ అవుట్ సోర్సింగ్ కంపెనీలో రిక్రూటర్ గా పని చేస్తూవుండేదాన్ని. అదే కంపెనీ లో జమాల్ ప్రోగ్రామర్ గా పని చేసేవారు. అతనికి పని మీద ధ్యాస ఎక్కువ. వర్క్ అవర్స్ అయిపోయాక, నేను ఆఫీస్ నుండి వెళ్ళిపోతున్నప్పుడు కూడా, చాలా సార్లు అతను తన క్యూబికిల్ లో కంప్యూటర్ మీద వర్క్ చేస్తూ ఉండేవారు. పై అధికారులు అతణ్ణి స్కిల్డ్ ప్రోగ్రామింగ్ ప్రొఫెషనల్ గా గుర్తించే వారు. నేను హెచ్.ఆర్. లో వున్నాను కాబట్టి అతని పెర్ఫార్మెన్స్ రిపోర్ట్ లు నా అధీనం లో ఉండేవి.

నా డ్యూటీ అయ్యాక ఇంటికి వెళ్ళేటప్పుడు, జమాల్ ను నేను విష్

చేసేదాన్ని. అతను కూడ టీ టైంలోనో, లంచ్ టైం లోనో, అవకాశం దొరికినప్పుడల్లా నన్ను విష్ చేసేవారు.

ఎప్పుడైనా సిటీ లో షాపింగ్ మాల్ లోనో, పబ్లిక్ పార్కులోనో ఒకరికొకరం తారస పడినప్పుడు కాస్సేపు మాట్లాడుకునేవాళ్ళం. ఒక్కొక్కప్పుడు ఇద్దరి ఫామిలీ విషయాలు కూడా మా మాటల్లో చోటు చేసుకునేవి. నేను సాంప్రదాయ హిందూ కుటుంబంలో పుట్టి పెరిగాను. మా మాతృ భాష తెలుగు. నా నేటివ్ ప్లేస్ దక్షిణ భారతం లో 'కడప' అనే టౌన్. జమాల్ ది ఉత్తర భారతంలోని 'లక్నో' నగరంలో నివసిస్తున్న ముస్లిమ్ కుటుంబం. మా ఇరువురి కుటుంబాల మధ్య చాలా వైవిధ్యం ఉన్నప్పటికీ, మా అభిరుచులు ఇంచుమించు ఒకేలా ఉండటంతో మేము స్నేహితులమవ్వడానికి ఎంతో టైం పట్టలేదు. మా యిద్దరి మత విశ్వాసాలు వేరయినా మా మనస్సుల్లో వాటి గురించిన ఆలోచనలేమి చోటు చేసుకోలేదు.

బెంగళూరు మహా నగరం పచ్చని చెట్లు, చక్కని సరస్సులతో కళకళ లాడుతూ ఉండటంతో, హరిత నగరంగా ప్రసిద్ధి చెందింది. అది ఇన్ఫర్మేషన్ టెక్నాలజీ కి, పరిశ్రమలకు, కేంద్రమే కాకుండా, కల్చరల్ హబ్ కూడా. కాస్మోపాలిటన్ కల్చర్ కి ఆలవాలమైన ఆ నగరం, మా స్నేహం బలపడి, ప్రేమగా మారడానికి సుక్షేత్రమైంది. బెంగళూరు లో మేము తిరగని ప్రదేశమంటూ లేదని చెప్పుకోవచ్చు. వారాంతాల్లో, బెంగళూరు పేలస్,

కబ్బన్ పార్క్, లాల్ బాగ్, ఉల్సూర్ లేక్ లాంటి దర్శనీయ స్థలాలు, పరిసర ప్రాంతాలైన, శ్రీరంగ పట్టణం, టిప్పు సుల్తాన్ కోట, శ్రీ రంగనాథ్ మందిరం, మైసూర్ పేలస్, బృందావన గార్డెన్స్ లాంటి మరెన్నో ప్రదేశాలు దర్శించి, ఉత్తేజితులమయ్యాము. విజయ దశమి, ఈద్, ఉగాది, కరగా లాంటి, పండగల తాలూకు సంబరాల్లో... మేమిద్దరం, మత విశ్వాసాలు ప్రక్కన పెట్టి, ఉత్సాహంగా పాల్గొన్నాం, రక రకాల రుచులను చవి చూసాం. ఆ విధంగా బెంగళూరు నగరం మాకు సరి కొత్త అనుభవాలను చేకూర్చింది.

ప్రేమికుల రోజు [వాలెంటైన్స్ డే] నాడు నేను, జమాల్ ఒక టీ షాప్ దగ్గర కూర్చుని టీ తాగుతున్నాం. ఆ షాప్ దగ్గర చాలా మంది జంటలు చేరి, ఉపాహారాలు ఆరగిస్తూ తమ తమ మధుర స్మృతులను నెమరు వేసుకుంటున్నారు. ఆ సమయంలో హిందూమతవాదులమని చెప్పుకునే ఒక తెగకు చెందిన కొంత మంది, అక్కడ మమ్మల్ని చుట్టు ముట్టారు. జమాల్ ముస్లిం అని, నేను హిందువునని మా ఆకారాల్ని బట్టి పసిగట్టారు. ప్రేమికుల రోజు ని నిరసిస్తూ నినాదాలు చేశారు. లావుగా వున్న ఓ మొరటు స్త్రీ నా చేయి పట్టుకుని క్రింద పడేసింది. కారణం లేకుండా కాలితో తన్ని "నీకు పెళ్లయిందా? అయితే నీ నుదుట బొట్టేది?" అని నా మీద విరుచుకు పడింది. నలుగురైదుగురు జమాల్ ని ఓ ప్రక్కకు లాక్కుపోయి, ఇష్టమొచ్చినట్టు రక్తమొచ్చేలా కొట్టారు. మా యిద్దరిని రోడ్డు మీదకు లాక్కొచ్చి, గుంజీలు తీయించారు. మా తప్పేమీ లేకుండా యింత

ఘోరం జరుగుతున్నా రోడ్ మీద వచ్చి పోయే వాళ్ళు చూసి పోయేరుగాని ఎవరూ మాకు సహాయ పడలేదు. కొందరైతే, వాళ్ళ సెల్ ఫోన్ లో ఈ ఇన్సిడెంట్ ని వీడియో గాను, ఫోటో లు గాను చిత్రీకరించి, మీడియా లో అప్ లోడ్ చేశారు.

ఆ మర్నాడు ఈ వార్త న్యూస్ పేపర్ల ద్వారా, టెలివిజన్ మరియు ఇంటర్నెట్ మీడియాల ద్వారా దేశం నలు మూలలకి పాకింది. ఈ సంఘటన తాలూకు ఫోటోలను ప్రముఖ వార పత్రికల మొదటి పేజీల్లో ప్రచురించటం జరిగింది. క్షణాల్లో ఈ వార్త, మా నాన్న గారికి కూడా చేరింది. నేను వేరే మతస్థుడితో కలిసి తిరుగుతున్నానని తెలిసి, ఆర్థోడాక్స్ భావాలు నర నరానా జీర్ణించుకున్న మా కుటుంబ సభ్యులు, ఏకోశానా సహించలేకపోయారు. కని పెంచిన మమకారం కంటే మా పేరెంట్స్ కి పరువు ప్రతిష్ఠ లు, నలుగురిలోనూ తల వంచుకుని తిరగాల్సివస్తుందనే భావనలు వాళ్ళ దృష్టి లో పెద్ద పీట వేశాయి. పైపెచ్చు నేను వంశానికి కళంకం తెచ్చానని విపరీతమైన మనోవేదన కు లోనయ్యారు. నేను, జమాల్ తో సన్నిహితం గా ఉండటం ఎక్కడ పెళ్ళికి దారి తీస్తుందోనని, ఆందోళనకు గురయ్యారు. ఎంతకైనా తెగించి మా యిద్దరి ప్రేమని భగ్నం చెయ్యాలనే ఆలోచనకి వచ్చారు. నన్ను తక్షణం వుద్యోగం మానేసి, మా వూరు వచ్చెయ్యమని చెప్పారు. నేను వాళ్ళని కన్విన్స్ చెయ్యడానికి ఎంత ప్రయత్నించినా లాభం లేక పోయింది. నా మనసును కొంచెం కూడా అర్థం

చేసుకోలేదు. నేను వాళ్ళు చెప్పినట్లు వినకపోతే పర్యవసానం దారుణంగా ఉంటుందని హెచ్చరించారు. పరువు ప్రతిష్ఠలను నిలబెట్టుకోవటం కోసం నన్ను చంపటానికైనా వెనుకాడరని నాకర్థమైంది.

ఈ విషయం జమాల్ తో చర్చించాను. ఇక ఏమాత్రం ఆలస్యం చేసినా, మేము దంపతులమయ్యే అవకాశం లేదనిపించింది. మాభావాలను అర్థం చేసుకునే కొంతమంది స్నేహితులను సంప్రదించి వారి సహాయం కోరాం. వారి సహాయం తో రిజిస్టర్ మ్యారేజ్ కోసం పత్రాలు సిద్ధం చేశాం. ఆ మర్నాడు మేము రిజిస్ట్రార్ ఆఫీస్ లో ఉండగా, మా బ్రదర్ మరికొంతమంది దగ్గరి బంధువులను వెంటేసుకుని, మా మ్యారేజ్ రిజిస్ట్రేషన్ ని అడ్డుకోవడానికి సిద్ధమై వచ్చాడు. మా స్నేహితులు మా బ్రదర్ కి, బంధువులకు, జమాల్ తో నా పెళ్ళికి ఒప్పుకోమ్మని ఎన్నో విధాల నచ్చచెప్పటానికి ప్రయత్నించారు. అయినా లాభం లేకపోయింది. చివరికి సోషల్ యాక్టివిష్టుల సహాయం తో పోలీస్ బందోబస్త్ ను ఏర్పాటు చేసి, బలవంతంగా మా పెళ్లిని ఆపడానికి, మా బంధువులు చేసే ప్రయత్నాలన్నిటినీ, మా స్నేహితులు అడ్డుకున్నారు. ఇంత గందరగోళం మధ్య మా మ్యారేజ్ రిజిస్టర్ అయ్యింది. స్నేహితుల సమక్షములో దండలు మార్చుకున్నాం. మా అన్నయ్య, ఆయన కూడా వచ్చిన మా బంధువులు ఇక ఒక్క క్షణం కూడా అక్కడ ఉండకుండా వెళ్లి పోయారు. అమ్మ నాన్న గుర్తుకొచ్చారు. కానీ నేనేంజెయ్యను? జమాల్, నేను

ఒకటైనందుకు సంతోషించాలో, లేక నా జీవితంలో పెళ్లి అనే ఈ ముఖ్యమైన సమయంలో, అమ్మ, నాన్న ఇక్కడ లేనందుకు దుఃఖంతో కృంగి పోవాలో నాకర్థం కాలేదు. నా కళ్ళు నీళ్లతో నిండాయి. అవి ఆనంద బాష్పాలో, ఆరని కన్నీరో నాకు తెలియదు. జమాల్ నన్ను దగ్గరకు తీసుకుని సముదాయించారు. స్నేహితులు మాయిద్దరికీ ధైర్యం చెప్పారు.

ఈ పరిణామాన్ని జీర్ణించుకోలేక, మా కుటుంబ గౌరవాన్ని కాపాడుకునే నిమిత్తం, పెద్దల సలహా మేరకు, నన్ను కుల బహిష్కరణ కు గురి చేసే మతపరమైన కార్య క్రమాలు కూడా జరిపించారని తెలిసింది. ఇంత జరిగాక జీవితంలో మా అమ్మ నాన్నలను కలుసుకునే అదృష్టం మళ్ళీ నాకు కలుగుతుందో లేదో? మా మ్యారేజ్ అందర్నీ సంతోష పరచాల్సింది పోయి; దుఃఖ సాగరంలో ముంచింది. జమాల్ నాకెప్పుడూ అండగా ఉంటారనే నమ్మకంతో ఈ కష్ట సమయంలో ధైర్యంగా నిలబడ గలిగాను.

ఇంతటితో ఈ సమస్యకు తెర పడలేదు. సాంప్రదాయ హిందూ మత వాదులు కొందరు, ఈ సంఘటన "లవ్ జిహాద్" ఉద్యమం లో భాగమని, ముస్లింలు కాని అమ్మాయిలను ఇస్లాం మతంలోకి మార్చటానికి ప్రేమ సాకుతో పన్నిన కుతంత్రమని అభివర్ణించారు. ఆ విధమైన మత మార్పిడి చర్యలకు పాల్పడిన వారిపై తీవ్రమైన ప్రతీకార చర్యలుంటాయని హెచ్చరించారు. ఇది ఒక వంతైతే, మరొక సమస్య ఎదురైంది. ఒక ముస్లిం యువకుడు, హిందూ అమ్మాయి భార్య భర్తలుగా కొనసాగటం, జమాల్

పేరెంట్స్ కు మింగుడు పడలేదు. విషయం ఇస్లామిక్ తీవ్ర వాదుల వరకూ పాకింది. జమాల్ కు ఇస్లామిక్ తీవ్ర వాదులనుండి బెదిరింపు ఫోన్ కాల్స్, మెసేజ్ లు రావటం మొదలైంది. మేము అద్దెకు తీసుకున్న అపార్ట్మెంట్ గోడలపై ద్వేష పూరిత మైన వ్రాతలు వ్రాశారు. మత మార్పిడి ఆలస్యం చేస్తే విధ్వంస చర్యలు తప్పవని బెదిరించారు. కొన్ని రోజుల పాటు అపార్ట్మెంట్ లో ఉండకుండా స్నేహితుల ఇళ్లల్లో తల దాచుకున్నాం. యిలా రోజులు గడపవలసి రావటం, తద్వారా స్నేహితులను ఇబ్బందులకు గురిచేయటం మంచిది కాదనిపించింది.

"మాయా! మనమిలా ఎన్నాళ్ళు గడపాలి? ఎంత మంచివారైనా, మన స్నేహితులు మాత్రం ఎన్నాళ్లని మనకిలా ఆశ్రయమివ్వగలరు?" జమాల్ తన మనసులోని భావాన్ని వ్యక్తం చేశారు.

"నేను కూడా దానిగురించే ఆలోచిస్తున్నాను జమాల్.

నేను మా 'హెచ్.ఆర్. మేనేజర్' తో మాట్లాడాను, ఏవైనా ఆన్ షోర్ [విదేశాల్లోని] ఉద్యోగాలు ఉంటే, వాటికి మన యిద్దరిని రికమెండ్ చేసి సహాయ పడమని. కొంచెం సేపు ఆలోచించి, ఆయన అవకాశం ఉన్నట్టు గానే సూచించారు. అయితే ఒక్కరికే అవకాశం ఉండొచ్చు, భార్యా భర్తలే కాబట్టి, రెండో వ్యక్తి, డిపెండెంట్ గా వెళ్లొచ్చు అన్నారు. అయినా మేనేజ్మెంట్ తో మాట్లాడి గాని ఏ విషయము ధృవీకరించలేను, కొంచెం

టైం పట్టొచ్చని కూడా చెప్పారు." నేనీ విషయం చెప్పటం తో జమాల్ కు కొంత ఊరట లభించింది.

కొన్ని వారాలు గడిచింతర్వాత, యూ.ఎస్.ఏ. వెళ్ళటానికి, జమాల్ కు హెచ్-1బి వీసా, నాకు డిపెండెంట్ వీసా రెడీ అయ్యాయని తెలిసింది. మాకెంతో సంతోషమైంది. మాకున్న ప్రస్తుత విపత్కర పరిస్థితుల్లో, ఒక ఆసరా దొరికినట్లయింది. ఒక విధంగా చెప్పాలంటే, గాలి వాన తర్వాత వసంతం ప్రవేశించినట్లయింది.

సరికొత్త జీవితంలో అడుగు పెట్టబోతున్న మేము, అమెరికా వెళ్ళడానికి కావలసిన ఏర్పాట్లు చేసుకోవటంలో నిమగ్నమైపోయాం. నేనైతే అమెరికా లోని ప్రస్తుత జీవన విధానం గురించి, ఆ దేశం లోని వివిధ ప్రదేశాల గురించి, తెలియజేసే పుస్తకాలు చదవటం మొదలెట్టాను. కొన్ని రోజుల తర్వాత మేము అమెరికా కు వచ్చి సెటిల్ అవ్వడం జరిగింది

***

యూ.ఎస్.ఏ. లో అడుగు పెట్టాక గత చేదు అనుభవాలు తెరమరుగైనట్టయింది. ఇది శుభ సూచకమే కదా ?..... జమాల్

***

మా క్లయింట్ ఆఫీస్, మినియాపోలిస్ నగరం లో వుంది. నా పోస్టింగ్ అక్కడే. మా ఫ్రెండ్స్, కొలీగ్స్ సహాయంతో కొద్ది రోజులలోనే అక్కడ సెటిల్

అయ్యాం. మొదటి సారిగా మా క్లయింట్ ఆఫీస్ లో రిపోర్ట్ చేసినపుడు, నేను బెంగళూరు లోవున్నానేమో అనే ఫీలింగ్ కలిగింది. ఎందుకంటే, ఆ ఆఫీస్ లోని కేబిన్స్, సీటింగ్ వగైరా ఎరేంజ్‌మెంట్స్ అన్నీ బెంగళూరు ఆఫీస్ లో ఉన్నట్టుగానే వున్నాయి. అక్కడ పనిచేస్తున్న ఉద్యోగులలో 90 శాతం భారతీయులే వున్నారు. వాళ్ళల్లో కొంతమంది నాకు తెలుసు.

నేను పని చేసే కంపెనీ వరల్డ్ లీడర్ గా పేరుగాంచిన పెద్ద ఫైనాన్షియల్ కంపెనీ. ఆ కంపెనీలో పనిచేసే అవకాశం వచ్చిందంటే, అది గొప్ప అదృష్టం గా భావిస్తారు. మొదట కొన్ని వారాలు నా వర్క్ చాలా ఉత్సాహకరంగా సాగింది. నాకు వచ్చిన ప్రాజెక్ట్ లో సరికొత్త సాఫ్ట్ వేర్స్ డెవలప్ చేసే అవకాశాలు వున్నాయి. ప్రాజెక్ట్ రిలీజ్ అయ్యాక, దానికి చాలా రంగాల్లో అప్లికేషన్ ఉంటుంది. ఈ ప్రాజెక్ట్ నా కెరీర్ కి మంచి హైలైట్ గా నిలిచి, నాకు మంచి పేరు తెచ్చిపెట్టటమే కాకుండా, ముందు ముందు నాకు మంచి అవకాశాలు తెచ్చి పెడుతుంది.

నా బాస్ పేరు ప్రేమ్ శంకర్. నిజానికి, మేమిద్దరం బెంగళూరు కంపెనీ లో ఒకేసారి చేరాం. ప్రేమ్ చాలా టేక్టుఫుల్ పర్సన్. ఏ ఎండకు ఆ గొడుగు పట్ట గలడు.

తన ఎదుగుదలకు అడ్డు పడగల సామర్థ్యం వున్న వారిని ముందే గమనించి, ఏదో పన్నాగంతో వారిని అణగదొక్కగలడు. ముందు శ్రేయోభిలాషి గా నటిస్తాడు. తియ్యని మాటలతో, ఎక్కడలేని ప్రేమ

ఒలకబోస్తాడు. యితరులు తమ నైపుణ్యంతోను శ్రమ తోను సాధించిన మంచి ఫలితాలను, తనవిగా చెప్పుకొని, పై అధికారుల అండదండలను సంపాదిస్తాడు. ఆవిధంగా మేనేజ్మెంట్ లేడర్ లో పైకెదిగాడు. నాకు ఇటువంటి బాస్ దగ్గర పని చెయ్యటం కత్తిమీద సాము లా తయారయింది.

మొదట్లో ఎలా వున్నా, తర్వాత కాలం లో నా మీద పని ఒత్తిడి ఎక్కువైంది. ప్రోజెక్ట్ దశలను అనుకున్న తేదీ ల కంటే చాలా ముందుగానే పూర్తిచేయాలని నా బాస్ లు నా మీద విపరీతమైన ఒత్తిడి తెచ్చే వారు. వారాంతాల్లో కూడా ఎక్కువ టైం ఆఫీసులో గడిపే వాణ్ణి. కొన్ని సందర్భాల్లో ఇంటికొచ్చింతర్వాత కూడా కంప్యూటర్ కు అతుక్కుపోయి ఉండేవాణ్ణి. రోజు విడిచి రోజు, ఇండియా లో వున్న ఆఫ్ షోర్ టీం తో రాత్రంతా నిద్ర లేకుండా కాంటాక్ట్ లో వుండే వాడిని. పని ఒత్తిడి విపరీతంగా పెరగటంతో, నాలో ప్రశాంతత కరువైంది. నా మాట సరే సరి, మాయ కి కూడా ఈ పరిణామం అశనిపాతం గా మారింది. వినోద యాత్రలు, పార్టీలు, మాధైనందిన జీవితంలో కనుమరుగయ్యాయి. ఆలస్యంగా ఇంటికొచ్చి అలసిపోయి ఉండటంతో, నేను మాయ తో ఎక్కువ సేపు మాట్లాడేందుకు వీలు చిక్కేది కాదు. ఈ స్థితిలో నా కు ఆందోళన ఎక్కువై ఒక్కొక్క సారి మాయ పై విసుక్కునే వాణ్ణి. మాయకు నా ఈ పరిస్థితి మింగుడు పడలేదు. ఒక రోజు మాయకు నాకు మధ్య సంభాషణ యిలా సాగింది.

"జమాల్! నిన్ను చూస్తుంటే నాకు జాలేస్తుంది. మీ కంపెనీ లో వర్కింగ్

అవర్స్ కు ఒక లిమిట్ లేదా? మీ కంపెనీ లో పని చేసే వాళ్ళని మర మనుషుల కంటే అన్యాయంగా చూస్తారా? ఇటువంటి పని గంటలను నియంత్రించ గలిగే చట్టాలే లేవా, ఈ దేశంలో? కనీసం మీ మేనేజ్‌మెంటు తో మాట్లాడి నిన్ను వేరే గ్రూప్ లోనికి మార్చమని అడగొచ్చుగా" అని ఆవేశంగా తన అసహనాన్ని వెళ్ళగ్రక్కింది.

"లేదు మాయా! అది సాహస కృత్యమే అవుతుంది. మధ్యలో ప్రేమ్ వున్నాడు. దేనికైనా ముందస్తు గా ప్రేమ్ తో సంప్రదించాలి. ప్రేమ్ ని అడగడం అంటే కొరివి తో కొంప అంటించుకున్నట్టే. మంచి కి బదులు చెడు ఎదురౌతుంది. నేనే కాదు. నాలాంటి వాళ్ళు చాలామంది ఉన్నారిక్కడ. ఓ విధంగా నాలాంటి వాళ్ళని కంప్యూటర్ కి బంధింపబడ్డ హై టెక్ బానిసలు అని చెప్పొచ్చు."

"ఉద్యోగులను ఇలా ట్రీట్ చెయ్యటం అన్యాయం కాదా?"

"అన్యాయమే. కాదనటం లేదు. కానీ మనకి వేరే మార్గాలేమున్నాయి? నేను వాళ్లకి ఎదురు తిరిగితే, నా వీసా ని కేన్సెల్ చేసి తిరిగి ఇండియా కు పంపించెయ్యడానికి కూడా వెనుకాడరు. వాళ్లకి ఎవరి మీద ఏ అస్త్రం ప్రయోగించాలో బాగా తెలుసు."

"కంపెనీ లో వున్న ప్రతి ఉద్యోగి నీలాగే 24X7 గంటల పనికి హుక్ అయి ఉండాలా?"

"లేదు. వీసా తో వచ్చిన వారి మీదే ఇటువంటి భారం వేస్తారు. తక్కినవాళ్ళందరూ, ఉదయం 8 గంటలకు వచ్చి, సాయంకాలం 4 గంటలకు వెళ్ళిపోతారు. అంతే కాదు, ఒక్కొక్కప్పుడు మేనేజ్‌మెంట్ ఆదేశాల ప్రకారం అలా వెళ్ళిపోయిన వారి పనులు కూడా మేము చెయ్యాల్సి వస్తుంది." ఒకవేళ తప్పనిసరై వాళ్ళే ఆ పనులు చెయ్యాల్సి వస్తే, వాళ్లకి అదనపు పని గంటలకు జీతం చెల్లించాలి. ఇక్కడి చట్టాలు మనలాంటి వాళ్లని శిక్షించడానికి గాని, రక్షించడానికి కాదు"

"నువ్వు అమెరికన్ కంపెనీ లో జాబ్ కోసం ప్రయత్నిస్తే మంచిదనిపిస్తుంది నాకు."

"దాని గురించి కూడా యిక్కడ కొంచెం అనుభవమున్న వ్యక్తులను అడిగాను. ఆ ప్రయత్నం కూడా చాలా రిస్క్ తో కూడుకున్నదని తెలిసింది. పేరెంట్ కంపెనీ వారు ఇండియా లో కాంట్రాక్టు అగ్రిమెంట్ మీద సంతకం చేయించుకున్నారు. వేరే కంపెనీ లో చేరామని తెలిస్తే, మన కు లీగల్ నోటీసు పంపి, లా సూట్ వేసి మన బ్రతుకులు చిందర వందర చెయ్యడానికి ప్రయత్నిస్తారు. ఇండియా లో కూడా జాబ్ దొరక్కుండా చేస్తారు. మాయ కు ఇక్కడున్న పరిస్థితిని వివరించాను." ప్రస్తుతానికి ఈ కంపెనీ లోనే ఉంటూ, ఈ సమస్యల నుండి బయటపడే మార్గాలకోసం అన్వేషించటం మంచిదనిపించింది నాకు. ఆనంద్ లాంటి క్లోజ్ ఫ్రెండ్స్ కొందరు, ఈ సందర్భంలో రాజు వర్గీస్ అనే వ్యక్తిని సంప్రదిస్తే మంచిదని చెప్పారు.

ఆనంద్ మాటల్లో చెప్పాలంటే... " రాజు వర్గీస్, ఒక మంచి స్నేహితుడిలా చక్కని సలహాలివ్వగలడు. ఆయనకు ఇలాంటి క్లిష్ట సమయాల్లో, ఎలా గట్టెక్కాలో తెలుసు. ఆయన మా గ్రూప్ లో సీనియర్ ప్రోగ్రామర్ గా అయిదేళ్ల నుండి హెచ్-1బి వీసా మీద పని చేస్తున్నాడు. ఆయన వివిధ క్లైంట్స్ తోనూ, చాలా మంది మేనేజర్ల తోనూ చాలా చాక చక్యంగా నెగ్గుకుని వచ్చాడు." ఆనంద్ ఇచ్చిన ఈ సలహా తో నాకు రాజు వర్గీస్ ని కలవాలనిపించింది. ఆనంద్ నా గురించి వర్గీస్ కి ఓ మాట చెప్తానన్నాడు. రాజు తో నేనెప్పుడూ మాట్లాడ లేదు. అయితే కొన్ని సందర్భాలలో ఆయన్ని చూడడం తటస్థించింది. అతనెప్పుడూ ప్రశాంతంగా నవ్వుముఖంతో కనిపిస్తాడు. దేనికి ఆందోళన చెందడు. రాజు వర్గీస్ క్యూబికల్, ఫ్రేమ్ ఉండే ఆఫీస్ కి ఎదురుగానే ఉంటుంది. అందుచేత అనుమానాలకు తావు లేకుండా, అతనితో మాట్లాడడానికి సరైన సమయం కోసం వేచి చూశాను. ఎందుకైనా మంచిదని, నాకు నా విధి నిర్వహణలో లో ఎదురౌతున్న ఇబ్బందులని వివరిస్తూ, కాగితం మీద వ్రాసి ఉంచాను. ఒక శుక్రవారం సాయంకాలం, నేను ఆఫీస్ లో లేట్ అవర్స్ లో పనిచేస్తున్నప్పుడు, రాజు నాకు ఆఫీస్ విశ్రాంతి గదిలో, కొంచెం ఫ్రీ గా ఉన్నట్టు కనిపించాడు. నేను విష్ చేశాను. మా ఇద్దరి మధ్య సంభాషణ ఇలా సాగింది.

"హాయ్ రాజు! నేను జమాల్. ఆనంద్ నా గురించి చెప్పే ఉంటాడు. నా

ఆఫీస్ కూడా ఇక్కడే. నీతో కొంచెం పనుంది. ఓ విషయం లో నాకు నీ సలహా కావాలి."

"తప్పకుండా జమాల్" నేను నీకు ఏ కొద్దిపాటి సలహా ఇవ్వగలిగినా, నాకూ సంతోషమే."

"నీకు ఖాళీ ఉన్నప్పుడు చదవడానికి వీలుగా ఉంటుందని, నిన్ను అడగాల్సిన పాయింట్లన్నీ ఓ పేపర్లో వ్రాసి ఈ కవర్లో వుంచాను. చదివింతర్వాత చెప్తే, వచ్చి నిన్ను మీట్ అవుతాను" అని కవర్ అతని చేతికిచ్చాను.

"సరే చదివింతర్వాత, మనం ఎప్పుడు కలుసుకోవడానికి వీలుంటుందో చెపుతాను" అని రాజు అక్కణ్ణుంచి వెళ్ళిపోయాడు.

ఒక వారం గడిచిపోయింది. రాజు, నాకేవిషయం చెప్పలేదు. రాజు, ప్రేమ్ కలిసి లంచికి వెళ్లడం చూశాను. ఒకవేళ రాజు గాని ప్రేమ్ తో ఈ విషయం చెప్పాడా? వాళ్లిద్దరూ ఎందుకు నవ్వుకుంటున్నారు? నా సమస్య గురించి కాదుకదా? ఇటువంటి ఆలోచనలు నాకు ఆందోళన కలిగించాయి.

కానీ తర్వాత నేను ప్రేమ్ ని కలిసినప్పుడు, అతను, ఎప్పటిలానే నా తో మాట్లాడేడు. నిశితంగా గమనిస్తే, మునిపటి కంటే చాలా స్నేహ పూర్వకంగా మాట్లాడాడని చెప్పొచ్చు. నాకేదో తేడా ఉందనిపించింది. ఆ మర్నాడు రాజు నా కేబిన్ కి వచ్చి, " జమాల్, కాఫీకెల్దామా? ఇప్పుడు

నాకు కొంచెం ఫ్రీ టైం దొరికింది" అన్నాడు. "ష్యూర్" అని అతనితో బయలుదేరాను. ఇద్దరం లిఫ్ట్ ఎక్కి కేరీబు కాఫీ స్టాల్ కి వెళ్ళాం. చాలా స్ట్రాంగ్ గా వున్న కేరీబు కాఫీ ని సిప్ చేస్తూ రాజువర్గీస్ నాతో ఇలా అన్నాడు.

"జమాల్, నీపరిస్థితిని వివరంగా అర్థం చేసుకున్నాను. నువ్వు కొత్తగా వచ్చావు. ఇక్కడి పరిస్థితులతో సర్దుకుపోవడానికి నీకు కొంత టైం పడుతుంది. కాలం గడిచే కొద్దీ సమస్యలన్నీ వాటంతట అవే చక్కబడతాయి. అప్పటికి నీ అవగాహన లో కూడా కొంత మార్పు వస్తుంది. కొంత కాలం ఓపిక పట్టు. మంచి అవకాశాలు వస్తాయి. ఒక పద్ధతి ప్రకారం నడిచే గొప్ప దేశం ఇది. ఇక్కడ చట్టం ప్రకారం నడుచుకుని కష్టపడి పనిచేసే నీలాంటి వారికి మంచి అవకాశాలు వాటంతట అవే వస్తాయి. ఇంకొక విషయం. మనం పనిచేస్తున్నటువంటి సాఫ్ట్ వేర్ కంపెనీల్లో బ్లాక్ అండ్ వైట్ లో లేని కొన్ని రూల్స్ ఉంటాయి. నువ్వు జాగ్రత్తగా విను. వీలయితే, తర్వాత వ్రాసి పెట్టుకో. బహుశా ఇప్పుడు నీకది హాస్యాస్పదంగా అనిపించొచ్చు. అది నీకు సర్వైవల్ గైడ్ లాగ ముందు ముందు ఉపయోగిస్తుంది." నా బాడీ లాంగ్వేజ్ ని అబ్సర్వ్ చేసేందుకో ఏమో నా వంక చూశాడు. కొన్ని క్షణాలు మౌనంగా ఉండి, ఆ దాగుడు మూత రూల్స్ ఎలా వుంటాయో, కొన్ని చెబుతాను.

- మీ బాస్ వచ్చే లోపున నువ్వు నీ సీట్ లో ఉండాలి.

- నువ్వు ఏ రోజుకారోజు పనులన్నీ పూర్తి చేశాకే ఆఫీస్ విడిచి వెళ్ళాలి. అదికూడా నీ బాస్ ఆఫీస్ విడిచి వెళ్ళింతర్వాతే.
- పని దినాలకు శలవు రోజులకు తేడా లేదు. అన్నీ పని దినాలే. సాఫ్ట్ వేర్ రిలీజ్ డేట్స్ అయితే మరీ ముఖ్యం.
- నీ కలలో కూడా నీ బాస్ ని ఫూల్ చెయ్యగలననుకోకు. నువ్వు అడ్డంగా దొరికి పోతావు.
- నీ బాస్ ఒక మాస్టర్ మేనిపులేటర్ అయి ఉంటాడు. నువ్వు ఆఫీస్ కు ఆలస్యంగా వచ్చేవు అనుకో నీ బాస్ ని నీ క్యూబికిల్ లో చూసి ఆశ్చర్య పోగలవు.
- నీ బాస్ ఏం చెయ్యమన్నా నువ్వు ఎప్పుడూ "నో" అని చెప్పకు. దాన్ని "ఎస్" గా మార్చి, ఆ పనిని నీతోనే చేయించ గలడు.

సింపుల్ గా వుండటంకోసం, ఇక్కడ నువ్వు అనే పదం వాడాను. కానీ ఈ రూల్స్ ఎవరికైనా వర్తిస్తాయి" అని కొంచెం బిగ్గరగా నవ్వాడు. నేను కూడా అతనితోబాటు నవ్వడానికి ప్రయత్నించాను. కానీ నా నవ్వు వెనక నిస్సహాయత చోటు చేసుకుంది. ఇద్దరం లేచి ఆఫీస్ వైపు నడిచాం.

రాజు వర్గీస్ సలహా ప్రకారం, నాకిక వేరే ఆప్షన్ లేదని, ప్రస్తుతమున్న పరిస్థితికి తల ఒగ్గాల్సిందేనని నాకర్థమైంది. నిరాశ నన్ను వెంటడిస్తున్నదేమోననిపించింది.

ఆరోజు కూడా ఇంటికి ఆలస్యంగా వెళ్లాను. మాయ నవ్వుతూ నాకు

ఎదురుగా వచ్చింది. ఆమె ముఖంలో ఉత్సాహం తాండవిస్తున్నట్టుంది. నేను రిఫ్రెష్ అయ్యాక లివింగ్ రూమ్ కి వచ్చి కూర్చున్నాను. మాయ నా దగ్గరకు వచ్చి, నోరు తెరవమంది. విశేషమేమిటని అడిగాను. "ముందు నోరు తెరు. తర్వాత చెప్తాను" అంది. నోరు తెరవగానే తాను స్పెషల్ గా చేసిన స్వీట్ నా నోట్లో పెట్టింది. స్వీట్ తినేశాను గాని నా సందిగ్ధం వీడలేదు.

"మనకెవ్వరూ లేరన్నావుగా. మనకు తోడుగా వుండి మనల్ని అలరించే వ్యక్తిని నువ్వు త్వరలోనే చూస్తావు."

"రియల్లీ, ఎంత మంచి వార్త చెప్పావు!" ఎగిరి గెంతేశాను. మాయను నారెండు చేతుల్లోకి తీసుకుని పైకెత్తేశాను. "సో నైస్ అఫ్ యు మాయా." చాన్నాళ్ల తర్వాత నాలో సంతోషం పీక్ లో ఉండటం చూసింది మాయ. మండుటెండల్లో వసంతం వచ్చినట్టనిపించింది. నా ఉత్సాహాన్ని మాటల్లో వర్ణించటం కష్టం.

మాయ, బేబీ జర్నల్స్ చదవడంతోను, టెండర్ బేబీ కేర్ కి కావలసిన సరంజామా అంతా సమకూర్చుకోవడం లోనూ ఎక్కువ సమయం గడపటం మొదలెట్టింది. మేమిద్దరం రాత్రి తీరికగా వున్న సమయం లో "పసి బిడ్డను చక్కగా పెంచడం ఎలా? పుట్టబోయే బిడ్డకు హిందువు పేరు పెట్టాలా, లేక ముస్లిం పేరు పెట్టాలా?" లాంటి అనేక విషయాలను చర్చించుకునే వాళ్ళం. ఒక చిన్నారి, తన బోసినవ్వులను మాకు పంచడానికి రాబోతుంటే, మాలో ఉత్సాహం రోజు రోజు కు పెరుగుతున్నది.

డెలివరీ డేట్ దగ్గర పడుతున్నది. మేము కూడా తగిన ప్రిపరేషన్ లోనే ఉన్నాం. చెక్ లిస్ట్ ప్రకారం కావలసిన వస్తువులనన్నిటిని సమకూర్చుకున్నాం. డాక్టర్ సలహాలన్నిటినీ పాటించటంతోబాటు మాయ ప్రాణాయామాన్ని కూడా ప్రాక్టీస్ చేసింది. ఒకటి రెండు రోజుల్లో డెలివరీ రావొచ్చని డాక్టర్లు చెప్పారు. ఇంట్లో మాయ కూడా ఎవరూ లేకపోయినా, నేను ఆఫీస్ కి వెళ్లాల్సి వచ్చింది. లాగ్ ఇన్ అయ్యాక, ముఖ్యమైన పనులన్నీ పూర్తి చేసి ప్రేమ్ కేబిన్ కి వెళ్లాను. ప్రేమ్ అప్పుడే కాన్ఫరెన్స్ రూమ్ నుండి వచ్చాడు.

"ఏం జమాల్, అలా వున్నావు ? వంట్లో బాగా లేదా?" "అదికాదు ప్రేమ్, నా వైఫ్ కు ఏ టైం లోనైనా డెలివరీ రావచ్చని డాక్టర్లు చెప్పారు. నేను ఆఫీస్ కి వచ్చే ముందు కొంచెం పెయిన్ కూడా మొదలైందని చెప్పింది. తను ఇంట్లో ఒంటరిగా వుంది. నేను ఈరోజు కొంచెం ముందుగా వెళ్లి ఆమెను హాస్పిటల్ కు, చెక్ అప్ కోసం తీసుకెళ్దామనుకుంటున్నాను."

"చాలా సంతోషం జమాల్. మీ కలలు నిజమయ్యే రోజు దగ్గర పడిందన్నమాట. ఇంకా చాలా టైముందేమో అనుకుంటున్నాను. హెల్ప్ కి మీ అత్తగారు రాలేదా?"

"రాలేదు. ఫ్రెండ్స్ తప్ప మరెవ్వరూ లేరు."

"ఇటువంటి సమయాల్లో స్నేహితులు తప్పక ఆదుకుంటారు. కానీ ఫ్రెండ్స్ కి కూడా కొన్ని లిమిటేషన్స్ ఉంటాయి. నా సలహా ఏమిటంటే, నీ

భార్యవాళ్లమ్మ గారిని ఇండియా నుండి ఇక్కడకు రమ్మని వెంటనే కబురు పెట్టు. ఆమె ఇక్కడ ఉంటే, మీకు హెల్ప్ గానూ ఉంటుంది, అన్ని విషయాలూ ఆమె చూసుకుంటుంది కూడా. నేను చెప్పింది నీకు అర్థమైందనుకుంటాను." కర్ర విరగకుండా పాము చావకుండా చెప్పాడు ప్రేమ్.

"అవును. నాకు తెలుసు, నీ అసలు ఉద్దేశం. ఇంటిని, పెళ్ళాన్ని పూర్తిగా మరిచిపోయి, ప్రతిరోజు 24x7 గంటలు పని చెయ్యమంటున్నావ్, అంతేగా?" అని కడిగేద్దామనుకున్నాను. కానీ నన్ను నేను అదుపులో పెట్టుకున్నాను. ప్రస్తుతానికి మౌనంగా ఉండటమే మంచిదనిపించింది. ప్రేమ్ తన ఉద్బోధ మళ్ళీ మొదలెట్టాడు.

"చూడు జమాల్, నాకూ ఒక బేబీ కావాలని వుంది. కానీ తనకు మరొక ప్రమోషన్ వచ్చే వరకు ఆగుదామని, మాయావిడ అంటున్నది. ఒక బిడ్డను పెంచాలంటే, నిలకడైన ఉద్యోగం, మంచి రాబడి తప్పనిసరి. ఈ మధ్య ఫోర్బ్స్ పత్రికలో ఒక వ్యాసం చదివాను. ఒక బిడ్డను పుట్టినప్పట్నుంచి, 18 సంవత్సరాల వయసు వచ్చే వరకు పెంచడానికి, 3 లక్షల డాలర్లు ఖర్చవుతుంది, అదీ కాలేజీ చదువులకయ్యే ఎక్స్‌పెన్సెస్ కాకుండా. నీకు అర్థమవుతోందా? నన్నడిగితే, నీకు గ్రీన్ కార్డు వచ్చే వరకు, మీ బేబీ ని ఇండియా కు పంపించెయ్యడం మంచిదేమో ఆలోచించు." అని ఎక్కడికో వెళ్ళడానికి లేచాడు.

"నీ సలహా కి చాలా థేంక్స్ ప్రేమ్." అని మొహమాటానికి అనవలసి వచ్చింది.

"జమాల్, మన ప్రాజెక్ట్ కు ఈ ఆదివారం 'గో- లైవ్ డే' అని నీకు తెలుసు గా. ఆ రోజు నువ్వు ఆఫీస్ కు తప్పనిసరిగా రావాలి సుమా. ఎట్టి పరిస్థితుల లోను మరిచి పోవద్దు. మనం సంవత్సరం పాటు పడిన కష్టమంతా పరీక్షించబడే రోజది. ఈ సాఫ్ట్ వేర్ లాంచ్ లో ఏ సమస్యలు ఉండవని నాకు గట్టి నమ్మకం. సాఫ్ట్ వేర్ డెవలప్‌మెంట్ లో నీకున్న మంచి సామర్థ్యం గురించి నాకు తెలుసు. అయినా మన జాగ్రత్త లో మనం ఉండాలి కదా. బై ది బై, మేనేజ్‌మెంటు కు నీ ప్రమోషన్ కోసం సిఫార్సు చేశాను. ఎక్కువ బాధ్యత తీసుకుని పని చేసే వారే కదా పైకెదిగేది!"

"నీ పొగడ్తకు ధన్యవాదాలు ప్రేమ్" రెస్పాండ్ అయ్యాను. అతని మాటలు ఎంత వరకు నమ్మాలో ఆలోచించే పరిస్థితి లో నేను లేను. ప్రేమ్ వెళ్లిన వెంటనే వడి వడి గా నేను ఇంటికి బయలుదేరాను. ఇంటికొచ్చి, మాయను హాస్పిటల్ కు తీసుకెళ్ళాను. చెక్ అప్ చేసిన తర్వాత, ఆమె హెల్త్ కండిషన్ బాగానే ఉందని, నొప్పులొచ్చే సూచనలు గాని ఉంటే, వెంటనే హాస్పిటల్ లో చేర్చమని డాక్టర్లు చెప్పారు.

ఆదివారం ఉదయం 8 గంటలకు మా ప్రాజెక్ట్ 'గో- లైవ్' ఈవెంట్ ఉంది. దానికి హాజరయ్యేందుకు రెడీ అయ్యాను. ఆ విషయం చెప్పటానికని మాయ దగ్గరకెళ్ళాను. అప్పటికే మాయ అనీజీ గా ఫీల్ అవుతున్నది.

"జమాల్, నాకు ప్రసవ సమయం దగ్గర పడింది. నొప్పులు మొదలయ్యాయి. నువ్వు ఆఫీస్ కి వెళ్లొద్దు" అంది నొప్పులకు తట్టుకోవడానికి ప్రయత్నిస్తూ.

"మాయా, ఇప్పుడే హాస్పిటల్ కి వెళ్దాం. కాసేపు ప్రశాంతం గా ఉండు" అని మాయను చెయ్యి పట్టుకుని తీసుకెళ్లి కారు లో కూర్చోబెట్టాను. అక్కడ అవసరమనుకున్న సరంజామా కూడా కార్ లో ఉంచి, హాస్పిటల్ కు బయలుదేరాం. దారిలో రేర్ వ్యూ మిర్రర్ లో మాయను అబ్సర్వ్ చేస్తూనే డ్రైవ్ చెయ్య సాగేను. పుట్టబోయే బిడ్డ కోసం ఎంత కష్టమైనా ఓర్చుకోవడానికి ప్రయత్నిస్తున్నట్టు కనపడింది. మూలుగులు కూడా మొదలయ్యాయి. "డార్లింగ్ ఇంకెంతో దూరం లేదు కొంచెం ఓపిక పట్టు" అన్నాను. ఆ టైం లో నా భార్య... పుట్టబోయే బిడ్డ తప్ప నా మనస్సుకు ఇంకే ఇతర ఆలోచన రాలేదు. వేగంగా హాస్పిటల్ కు చేరుకోవటం కోసం స్పీడ్ లిమిట్ దాటి డ్రైవ్ చేయ సాగేను. పోలీస్ కి చిక్కినా, మాయ పరిస్థితి చూసి, అడ్డుకోవడానికి ప్రయత్నించడనేదే నా ధైర్యం.

నేను ఏ ఇతర విషయాన్ని ఖాతరు చెయ్యక పోయినా, ప్రాజెక్ట్ 'గో-లైవ్' కు అటెండ్ అవ్వటం ఎలా అన్న ఆలోచన నన్ను ఇబ్బంది పెట్ట సాగింది. వెళ్ళక పోతే, ప్రేమ్ నన్ను చిక్కుల్లో పడేస్తాడు. అతని స్వభావం అటువంటిది. ఫోన్ తీసి, అశోక్ నంబరుకు ఫోన్ చేశాను.

"అశోక్! మాయకు నొప్పులు వస్తున్నాయ్. హాస్పిటల్ లో చేర్పడానికి

తీసుకెళ్తున్నాను. ఏమీ అనుకోకుండా నీలను తీసుకుని, నువ్వు హాస్పిటల్ కి వచ్చెయ్య గలవా?"

"అలాగే, తప్పకుండా. ఇప్పుడే బయలు దేరి వస్తాం" అన్నాడు అశోక్.

హాస్పిటల్ కు చేరుకున్నాక, వీల్ ఛైర్ లో మాయను ఎమర్జెన్సీ ఎంట్రన్స్ ద్వారా, లోనికి తీసుకెళ్లి జాయినింగ్ ఫార్మాలిటీస్ అన్నీ పూర్తిచేశాను. ఉదయం ఎనిమిదిన్నర గంటలకు మాయను లేబర్ రూమ్ లోనికి తీసుకెళ్తూండగా, అశోక్, నీల అక్కడికొచ్చారు. మాయ నొప్పులకు ఓర్చుకుంటూనే, నీలను చూసి కొంచెం నవ్వింది.

అశోక్ చేతిని నాచేతిలోకి తీసుకొని, అశోక్ తో "అశోక్! ఈ రోజు ఉదయం తొమ్మిది గంటలకు మా ప్రాజెక్ట్ 'గో-లైవ్' ఈవెంట్ వుంది. నేను ఆఫీస్ కి వెళ్లి, విషయం చెప్పి, ప్రత్యామ్నాయ ఏర్పాటు ఏదైనా చేసి, తిరిగి వచ్చేస్తాను. అప్పటి వరకు మీరిద్దరూ శ్రమ అనుకోకుండా, ఇక్కడ ఉంటే, మాయ కు ధైర్యం గా ఉంటుంది" అని, వెంటనే ఆఫీస్ కి బయలు దేరాను.

"హాయ్ జమాల్, నీకోసమే అందరం వెయిట్ చేస్తున్నాం. లేటయ్యిందే?"

"ప్రేమ్, నా భార్య, లేబర్ రూమ్ లో ఉంది. 'గో- లైవ్' లాంచ్ అయింతర్వాత, హాస్పిటల్ కి వెళదామనుకుంటున్నాను."

"కమాన్ మై డియర్ ఫ్రెండ్, డోంట్ వర్రీ. ఇక్కడి హాస్పిటల్స్ నీ వైఫ్ ని, బేబీ ని కూడా జాగ్రత్త గా చూసుకో గలవు. నువ్వు స్వయంగా అక్కడ

ఉండాల్సిన పనిలేదు."

ప్రేమ్, నన్ను హాస్పిటల్ కి వెళ్లొద్దు అని చెప్పకనే చెప్పాడు.

అక్కడ హాస్పిటల్ లో మాయ, లేబర్ రూమ్ లో పురిటి నొప్పులు భరించి, పసి బిడ్డకు జన్మనిస్తుంటే, ఇక్కడ ఆఫీసులో, నేను డెవలప్ చేసిన సాఫ్ట్ వేర్, ఈ సంవత్సరం లో, ప్రేమ్ యొక్క అతి పెద్ద డెలివెరబుల్ ఐటం గా రిలీజ్ అవుతున్నది. వరసగా వచ్చే ఫోన్ కాల్స్ ను అదుపు చెయ్యటం కోసం నా మొబైల్ ని సైలెన్స్ లో పెట్టాను. ఒక ప్రక్క కంప్యూటర్ స్క్రీన్ మీద ప్రభంజనం లా రిపోర్ట్స్, ఎర్రర్ మెసేజెస్ వచ్చి పడుతుంటే, నా దృష్టిని కంప్యూటర్ స్క్రీన్ మీద కేంద్రీకరించాల్సి వచ్చింది. మరొక ప్రక్క, ఎంత ప్రయత్నించినా ఆగకుండా, నా కనుల నుండి కన్నీటి బిందువులు పైకుబికి జాలువారుతున్నాయి. నా అసహాయతకు, నా చేతకానితనానికి నన్ను నేను నిందించు కోవడం తప్ప ఏమీ చెయ్యలేక పోయాను. పెనం మీదనుండి పొయ్యిలో పడ్డట్టయింది నా పరిస్థితి.

***

ఓ బోసి నవ్వుల పసి కందు, మా దంపతులకు తోడయింది... మాయ

***

సరిగ్గా మధ్యాహ్నం 12.00 గంటలకు నాకో ఆడ బిడ్డ జన్మించింది. ఆ

పసికందు ని చూసే సరికి నేను పడ్డ శ్రమ అంతా మరిచి పోయాను. బిడ్డను పుట్టిన వెంటనే చూసే అదృష్టం జమాల్ కి దక్క లేదు. తండ్రి సమయానికి లేక పోవటం తో డాక్టర్... తల్లి ప్రేగును నీల చేత వేరు చేయించారు. పుట్టిన కాస్సేపటిదాకా బేబీ ఏడవ లేదు. దాంతో కొంచెం కంగారు పడ్డాం. డాక్టర్ కి కూడా కారణం అంతుబట్ట లేదు. నేను బిడ్డను నా గుండెల మీద పడుకోబెట్టుకున్నాను. నా చిట్టి తల్లి అమాయకంగా చూసింది. చూసి చూసి, ఒక్క సారిగా బిగ్గరగా ఏడవటం మొదలెట్టింది. దాంతోబాటు నేను కూడా ఏడ్చాను. ఆ ఏడుపు ఏడుపు కాదు. ఆ చిన్నారి ఏడుపు మాకు కొండంత ధైర్యాన్ని, సంతోషాన్ని ఇచ్చింది.

జమాల్, నేను ఆలోచించుకుని పాప పుడితే 'అమీరా' అని పిలవాలనుకున్నాం. ఆఫీస్ లో బందీ అయిపోయిన జమాల్ ఇంకా హాస్పిటల్ కి రాలేదు. ఎప్పుడొస్తారా అని ఎదురు చూస్తూనే ఉన్నాం. అశోక్, నీల దంపతులు హాస్పిటల్ నుండి మేము డిస్చార్జ్ అయ్యే వరకు సహాయంగా ఉండి, జమాల్ కు, నాకు కూడా కొండంత ధైర్యాన్ని నింపారు. రోజులు, వారాలు, నెలలు గడిచి పోయాయి.

నేను కష్ట సమయంలో హాస్పిటల్ లో ఉన్నప్పుడు, నాకు తోడుగా దగ్గర ఉండలేక పోయానే అనే బాధ తో జమాల్ చాలా కృంగి పోయాడనే చెప్పాలి. తత్ఫలితం గా చిన్న చిన్న విషయాలకు కూడా ఆందోళన చెందటం అతని దిన చర్య లో భాగమైపోయింది. అతను వేసే ప్రతి అడుగు లోను నిరాశ

ద్యేకతమవుతున్నది. నేను ప్రెగ్నెంట్ అని తెలిసినప్పుడు ఎగిరి గంతేసిన జమాల్, ఇప్పుడు చక్కని పసి బిడ్డని వళ్ళో పెట్టుకుని కూడా, పాపతో ఆడుకోవటం లేదు, సరి కదా ఏదో పోగొట్టుకున్న వాడిలా పాపని అదే పని గా చూస్తూ నిస్త్రాణంగా ఉండి పోతున్నాడు. ఆఫీస్ లో కూడా ముఖ్యమైన మీటింగులకు హాజరవకుండా, తన సీట్ లోనే ఉండిపోతున్నాడని, ఒక్కొక్క సారి క్లయింట్ మీద, కోప్పడుతూ పెద్దగా కేకలేస్తున్నాడనీ, ఈ సందర్భం లో ఫ్రేమ్, జమాల్ ని మేనేజ్‌మెంట్ తో, ముఖాముఖి సమావేశానికి పిలిచాడని తెలిసింది. మా ఇద్దరి మధ్య ఏ విధమైన సమస్యలు లేవు. పైగా మా ఆశా కిరణం, ఇంట్లో సందడి చేస్తుంటే ఎందుకలా మారిపోయాడో నాకర్థం కాలేదు. ఆఫీస్ లో సమస్యలుంటే, వాటిని అంత సీరియస్ గా తీసుకోవాల్సిన పని లేదు.

అమెరికా కు వచ్చినప్పటి జమాల్ కి, ఇప్పటి జమాల్ కి చాలా తేడా కనిపిస్తున్నది. గతం లో అతని లో చాలా ఆశలుండేవి. భవిష్యత్తు గురించి ఎన్నో కలలు కనే వాడు. కానీ ఇప్పటి జమాల్ మనస్సు శూన్యమైనట్టు కనిపిస్తున్నది. అతని ప్రేమించే హృదయం, కనే అందమైన కలలు ఏమయ్యాయో నాకు తెలియదు. తనను తానే అసహ్యించుకుంటున్నాడు. అతని ఆందోళన రోజు రోజుకీ ఉగ్ర రూపందాలుస్తున్నది. సరిగా నిద్ర పోవడం లేదు. జమాల్ వాస్తవికతను కోల్పోయి, మిథ్యా లోకంలో విహరిస్తున్నట్టు కనిపించేవాడు. ఒక్కొక్క సారి డిప్రెషన్ లోకి

వెళ్లిపోయేవాడు. నేనెంతో చెప్పి చూశాను. అతని లో ప్రశాంతత చేకూరడానికి చేయదగ్గ ప్రయత్నాలన్నీ చేశాను. అమీరా బోసి నవ్వులైనా తనను ప్రభావితం చేసి, తనలో హుషారు తెప్పిస్తాయని, జమాల్ కి పాపనిచ్చి ఆడించమనే దాన్ని. అయినా జమాల్ లో మార్పు రాలేదు. ఆ పరిస్థితి లో నాకేంచెయ్యాలో అర్థం కాలేదు. నీల, అశోక్ ల తో చర్చించి ఏదో ఒక నిర్ణయం తీసుకుందామనుకున్నాను.

ఆ రోజు ఆదివారం. మధ్యాహ్న సమయం. పాప కడుపు నొప్పి తో విపరీతంగా ఏడవటం మొదలెట్టింది. బిగ్గరగా ఏడుస్తుండడం వల్ల, జమాల్ కు విసుగు పుట్టి, "ఎందుకలా ఏడుస్తుంది? పాడు పిల్ల. నా నిద్ర అంతా చెడిపోయింది" అని గట్టిగా అరిచాడు. ఆ అరుపు తో నాకు మతి పోయినట్లయింది. జమాల్ ఎప్పుడూ ఇలా విసుక్కోలేదు. చాలా సౌమ్యంగా మాట్లాడే వాడు.

"సారీ జమాల్. అమీరా ను బయటికి తీసుకెళ్లి, స్ట్రాలర్ లో ఏడుపు మానే వరకు కాసేపు తిప్పి తీసుకొస్తాను" అని, స్ట్రాలర్ లో పాపని తీసుకుని బయటికెళ్లి తలుపు క్లోజ్ చేశాను.

స్ట్రాలర్ లో పాపని వాకింగ్ ట్రాక్ మీద పార్క్ వరకు తీసుకెళ్ళాను. అక్కడ కాస్సేపు అటూ ఇటూ తిప్పింతర్వాత పాప నిద్రపోయింది. అక్కడ వున్న ఒక షెల్టర్ లో, స్ట్రాలర్ నా ప్రక్కన ఉంచుకుని, నేను కాస్సేపు కూర్చున్నాను. తర్వాత తిరిగి అమీరా ను తీసుకుని, ఎపార్ట్‌మెంట్ కు

వచ్చేశాను. సోఫా మీద పడుకున్న జమాల్ అక్కడ లేడు. స్ట్రాలర్ లో నిద్ర పోతున్న పాపను ఎత్తుకుని, పడుకోబెడదామని, బెడ్ రూమ్ లోని పాప ఊయల తొట్టి దగ్గరకు వెళ్లాను. అక్కడి దృశ్యాన్ని చూసి, షాక్ తో పాపను గుండెలకు హత్తుకుని, క్రిందకు ఒరిగి పోయాను.

ఎదురుగా సీలింగ్ ఫ్యాన్ కు వ్రేళ్ళాడుతూ నిర్జీవంగా జమాల్!.

"ఎందుకిలా చేసేవు జమాల్? నన్ను, పసి పాపను దిక్కు లేని వాళ్ళలాగా వదిలేసి ఎందుకిలా చేసేవు?" బావురుమని ఏడ్చాను. అప్పటికే నిద్ర లేచిన అమీరా నాతోబాటు ఏడవటం మొదలెట్టింది.

***

మాయ దిక్కు తోచని పరిస్థితి లో చిక్కుకుంది. తన తదుపరి కార్యాచరణ ఏమిటి అనేది అగమ్య గోచరం గా ఉంది..... నీల

***

మాయ ఫోన్ చేసి, వెక్కి వెక్కి ఏడుస్తూ, తన భయంకరమైన పరిస్థితిని తెలియ జేసింది. నేను, నాతోబాటు అశోక్, దిగ్భ్రాంతికి గురయ్యాము. ఎంత ప్రయత్నించినా మాయను ఓదార్చలేక పోయాం. కానీ కాలం ఆగదుగా. జరగ వలసిన కార్య క్రమమాలన్నీ జరిగి పోయాయి.

ఇప్పుడు మా ముందున్న విషయం, మాయ తదుపరి కార్యాచరణ. అశోక్ తో నేను... చంటి బిడ్డతో మాయ... ఇమ్మిగ్రేషన్ అటార్నీ ఆఫీస్ కు

వెళ్ళాం. వాళ్ళడిగిన వివరాలన్నీ డాక్యుమెంట్ రూపం లో సబ్‌మిట్ చేశాము. మానవ హక్కుల సంఘం యొక్క, రికమెండేషన్ లెటర్ కూడా పొందుపరిచాం. ఇమ్మిగ్రేషన్ అటార్నీ, తన ఫీల్డ్ లో మంచి అనుభవం ఉన్న మేడం. మేము సబ్‌మిట్ చేసిన పేపర్లు చూసింది. దానికి సంబంధించి కొన్ని ప్రశ్నలు వేసింది. మాయ వాటికి సమాధానాలు చెప్పింది. అటార్నీ కాస్సేపు ఆలోచించి, మాయతో ఇలా అన్నది.

"నీ పరిస్థితి దయనీయం గా ఉంది, మాయా! చాలా దురదృష్టకరం." ఒక నిట్టూర్పు విడిచి, మళ్ళీ చెప్పటం మొదలెట్టింది.

"నీది డిపెడెంట్ వీసా, రైట్? హెచ్-1బి వీసా హోల్డర్ యొక్క ఉద్యోగం పోతే, అతని ఫామిలీ మెంబర్ యొక్క డిపెండెంట్ స్టేటస్ రద్దయిపోతుంది. అఫ్కోర్స్... నీ కేసు లో నీ భర్త మరణం తో అతనికున్న హ్-1బి స్టేటస్ రద్దయినట్టే. దాని అర్థమేమిటంటే, నువ్వు కొంత గడువు ముగిసే లోగా, ఈ దేశాన్ని విడిచి వెళ్ళిపోవాలి. ఎందుకంటే డిపెండెంట్ గా నీ లీగల్ రెసిడెన్సీ స్టేటస్ ముగిసింది" అని చెప్పింది.

నేను కల్పించుకుని, "ఇండియా లో మాయకు ఏ ఆధారం లేదు. పైపెచ్చు, మత విద్వేషాలతో, ఆమె ప్రాణాలకు ముప్పు వచ్చే ప్రమాదముంది. ఇక్కడే పుట్టింది కాబట్టి పాప ఎలాగూ యూ.ఎస్.ఎ. సిటిజెన్. పాప తోబాటు మాయ కూడా ఇక్కడ ఉండడానికి అవకాశం లేదా మేడం?" అని అడిగాను.

"మంచి ప్రశ్న వేశావు. రాజకీయంగా ఒక దేశం మరొక దేశస్థునికి ఆశ్రయం ఇవ్వడానికి, క్షమాభిక్ష కు, చట్టంలో కొన్ని అవకాశాలున్నాయి. కానీ ఆచట్టాలను మీకున్న ప్రస్తుత పరిస్థితి కి అన్వయించలేము. మత, జాతి పరమైన హింసలు ఆ చట్టాల పరిధి లోనికి రావు. పైపెచ్చు, ఇండియా లో మీకు అటువంటి సమస్యలు ఉన్నాయని ఎలా నిరూపించుకోగలరు? పెర్మనెంట్ రెసిడెన్సీ కి ఒక ఆవకాశం వుంది కానీ, దానికి చాలా కాలం పడుతుంది. ఇక్కడ జన్మించిన వ్యక్తి, తనకు 18 సంవత్సరములు నిండిన తర్వాత, తల్లిదండ్రులను శాశ్వతంగా ఈ దేశం లో ఉండేందుకు రప్పించుకోవచ్చును. అని చెప్పి, కొన్ని క్షణాలు మౌనంగా ఉండి, మళ్ళీ చెప్ప సాగింది.

"వెల్ ఫ్రెండ్స్, ప్రస్తుతం వున్న చట్టాల ప్రకారం, ఇమ్మిగ్రేషన్ కొన సాగించే ఏ ప్రయత్నమూ, ఫలించదు. నేను మీకు సహాయ పడదామని వున్నా, పరిస్థితి దానికి భిన్నం గా వుంది" అని ముగించింది.

మాయ యూ.ఎస్.ఏ. లో ఉండడానికి ఇంకా కొద్ది వారాలు మాత్రమే మిగిలి ఉన్నాయి. విషాదకరమైన జ్ఞాపకాలు మిగిల్చిన ఆ ఇంట్లో ఉండడానికి మాయ ఇష్ట పడటం లేదు.

అందుచేత, పాపతోబాటు, మాయను మాఇంటికి తీసుకొచ్చేసాం. మా ఇంట్లో ఉన్న కొద్ది రోజుల్లో మనస్థైర్యాన్ని కూడగట్టుకుని, మాయ మళ్ళీ

మామూలు మనిషి అయిందనే చెప్పాలి. పాప కోసం, ఎంతటి, విపత్తునైనా ఎదుర్కొని బ్రతకగలననే ధైర్యాన్ని పుణికిపుచ్చుకుంది.

మాయ, తన ఇండియా ప్రయాణానికి ఏర్పాట్లు చేసుకుంటున్నది. అశోక్ తన స్నేహితులను, తనకు తెలిసిన ప్రముఖ వ్యక్తులను సంప్రదించి, మాయను ప్రస్తుతం యూ.ఎస్.ఏ. లో ఉంచ గలిగే ఇతర మార్గాల కోసం అన్వేషిస్తున్నారు. ఆ విధంగా ఆమెకు ఇండియా లో ఉండే ప్రమాదాన్ని తప్పించవచ్చని మా ఉద్దేశం. అశోక్ స్నేహితుడొకాయనకు ఒక మోటెల్ వుంది. అశోక్ అతన్ని సంప్రదించినపుడు, మాయను గౌరవప్రదమైన పనికి తన మోటెల్ లో చేర్చుకునేందుకు ఒప్పుకున్నాడు. ఆ విషయం మాయతో చెప్పాడు.

"మాయా, నీకిష్టమైతే, ఆ మోటెల్ లో చేరు. మోటెల్ కి దగ్గర లో వర్కింగ్ ఉమెన్స్ హాస్టల్ వుంది. మరో అమ్మాయితో రూమ్ షేర్ చేసుకోవచ్చు. నీకు పేమెంట్, కేష్ లోనే ఇస్తారు, కాబట్టి నీకు వేరే సమస్య రాదు. సరైన డాకుమెంట్స్ లేకుండా ఇక్కడ ఉండే వాళ్ళు మిలియన్స్ లో ఉన్నారు. కొన్ని సంవత్సరాల పాటు అలా ఉన్న వాళ్లకి, ఇక్కడి గవెర్నమెంటు, చట్టం లో వున్న ఒక వెసులుబాటు తో గ్రీన్ కార్డు ఇస్తుంది." మాయ తో అశోక్ అన్నారు. దీనికి మాయ స్పందన ఈ క్రింది విధం గా ఉంది.

“సారీ అశోక్, ఇప్పటికే నేను ఊహించని అవాంతరాలను ఎదుర్కోవలసి

వచ్చింది. నేను ఇక్కడ రెసిడెన్సీ కి అనుమతి లేకుండా ఉండలేను. మేమిద్దరం ఇండియా కు వెళ్లి పోతాం. అక్కడ కష్టాలేమైనా ఎదురైతే ఎదుర్కొనడానికి వెనుకాడను" అని దృఢంగా, తన నిర్ణయాన్ని చెప్పింది. ఇక మిగిలిన కొద్ది రోజులు, మాయ తోనూ, ముఖ్యంగా వాళ్ళ పాప తోనూ సంతోషంగా గా గడిపాం.

మాయ ఇండియా కు బయలుదేరాల్సిన రోజొచ్చింది. మాయ, అమీరాలకు వీడ్కోలు చెప్పడానికి, వాళ్ళిద్దరినీ తీసుకుని ఎయిర్ పోర్ట్ కి బయలుదేరాం.

దారిలో మాయ మౌనంగా ఉంది. ఆమె స్థితిని నేను అర్థం చేసుకోగలను. అమీరా అమాయకంగా నన్ను చూసి, కాళ్ళూ చేతులు ఆడిస్తూ నవ్వింది. నేను ఆ పసికందు తో ఆడుకున్నాను. కాసేపట్లో ఎయిర్ పోర్ట్ కు వచ్చేసాం. ఆకాశం మేఘావృతమైంది. మేఘాలు పగటి వెలుగుకు తెర వేసి చీకట్లను ఆవరింపజేశాయి. భయంకరమైన ఉరుములు మెరుపులు కూడా తోడయ్యాయి. ఏ క్షణాన్నైనా కుండపోత గా వర్షం పడుతుందేమో అన్నట్టుగా వుంది వాతావరణం.

మాయ, చిన్నారి అమీరా తో ఎయిర్ పోర్ట్ గేటు లోపలికి ఎంటర్ అయింది. వీడ్కోలు చెప్పడానికని, మేము కూడా లోపలి గేటు వరకు వెళ్లాం.

మాయ మాతో "మీ ఇద్దరు చేసిన మేలు ఈ జన్మలో మరిచిపోలేను. నాకు ఆత్మీయులెవరైనా వున్నారంటే అది మీరే. మిమ్మల్ని విడిచిపెట్టి

వెళ్లడం నాకు చాలా బాధ గా వుంది. కానీ తప్పలేదు." మాయ గొంతు బొంగురు పోయింది. ఆమె కళ్ళ వెంబడి నీళ్లు బొట బొటా కారిపోతుంటే, కళ్ళు తుడుచుకుని, ఏడుపుని ఆపు కోవడానికి ప్రయత్నించింది.

"మాయా, నువ్వు పాపకోసమైనా ధైర్యంగా ఉండాలి. ఇండియా చేరిన వెంటనే ఫోన్ చెయ్యి. అప్పుడప్పుడూ ఫోన్ చేస్తూ ఉండు" అన్నాను.

అమీరా ను నా దగ్గరకు తీసుకుని, ముద్దాడాను. చక్కిలిగింతలు పెడితే తెగ నవ్వింది. "చిట్టి తల్లీ, మేము మీ అమ్మను మిస్ అవుతున్నాం కానీ నిన్ను కాదు." అని అమీరా తో అన్నాను. అందరం నవ్వుకున్నాం. మాయ నవ్వులోని అర్థాన్ని విశ్లేషించటం ఎవ్వరి తరం కాదు. సెక్యూరిటీ చెక్ కు టైమయింది, మాయ పాపని తీసుకుని, మాయిద్దరికి గుడ్ బై చెప్పింది. మాయ గుడ్ బై చెప్తున్నప్పుడు నా కళ్ళలో నీళ్లు తిరిగాయి. అది గమనించి అశోక్ మెల్లగా నా వీపు నిమిరి, నన్ను కన్సోల్ చెయ్యదానికి ప్రయత్నించాడు. మేము కూడా గుడ్ బై చెప్పి వాళ్ళు కను మరుగయ్యేంత వరకు అక్కడుండి, డిపార్చర్ లాంజ్ కి తిరిగి వచ్చేశాము. బయటికొచ్చి చూస్తే, కుండపోత గా వాన కురిసి వెలిసినట్టుంది వాతావరణం. మాయ ఇక్కడి నుండి వెళ్లి పోతున్నా, ఆమె మిగిల్చిన జ్ఞాపకాలు మాత్రం, నా మనసు లో ఇంకా తారట్లాడుతూనే ఉన్నాయి.

***

5

నా ఫోన్లో... ఎప్పుడూ బిజీ గా ఉండే మా కజిన్ హరి నుంచి వచ్చిన మిస్డ్ కాల్ ఒకటి ఉంది. ఏదో విశేషం ఉండి ఉండాలి..... నీల

***

నా ఫోన్లో... ఎప్పుడూ బిజీ గా ఉండే మా కజిన్ హరి నుంచి వచ్చిన మిస్డ్ కాల్ ఒకటి ఉంది. ఏదో విశేషం ఉండి ఉండాలి. విషయం ఏమిటో కనుక్కుందామని నేను హరి కి ఫోన్ చేశాను.

"హాయ్ హరి! నేను నీలని. నీ మిస్డ్ కాల్ చూశాను. అక్కడ మీరందరూ బాగున్నారా? అమ్మ బాగుందా? దుబాయ్ విశేషాలేమిటి?" నేను ఆతృతగా అడిగాను.

"ఇక్కడ అంతా బాగానే ఉన్నాం, నీలా!" అన్నాడు హరి. హరి మా కజిన్. వాడు, ప్రపంచం లోకల్లా ఎత్తైన బుర్జ్ ఖలీఫా టవర్ కు సంబంధించిన కనస్ట్రక్షన్ ప్రాజెక్ట్ లో ఇంజినీర్ గా పని చేసే వాడు. వాడిప్పుడెక్కడ పని చేస్తున్నాడో ఈ మధ్య అడగలేదు.

"బుర్జ్ టవర్ కంప్లీట్ అయ్యి చాన్నాళ్లయింది కదా, ఇప్పుడేంచేస్తున్నావ్?"

"అదే కనస్ట్రక్షన్ కంపెనీ కి మరో పెద్ద హై రైజ్ బిల్డింగ్ ప్రాజెక్ట్ కాంట్రాక్టు వచ్చింది. నేను ప్రస్తుతం ఆ హై రైజ్ బిల్డింగ్ ప్రాజెక్ట్ లోనే పనిచేస్తున్నాను. అక్కడ మీరెలా ఉన్నారు?"

"మేము కూడా బాగానే ఉన్నాం. అది సరే ఉదయం కాల్ చేశావు కదా, ఏమిటి విశేషం?"

"నీలా! ఉదయం టి వి న్యూస్ ద్వారా ఒక మినియాపోలిస్ స్కూల్ లో కాల్పులు జరిగినట్టు తెలిసింది. ఎవడో ఒక ఆగంతకుడు చాలా మంది స్కూల్ పిల్లల్ని కాల్చి చంపేశాడట. మీరుండే చోట ఏమైనా అల్లర్లు జరిగాయేమోనని తెలుసుకునేందుకు ఫోన్ చేశాను."

"ఓ మై గాడ్! నాకింకా తెలియదు. టీవీ ఆన్ చేస్తాను లైన్ లో ఉండు." టీవీ ఆన్ చేసి, ఒక ఛానెల్ వాళ్ళు చూపిస్తున్న సీసీటీవీ ఫుటేజ్ ని చూసి నిర్ఘాంతపోయాను. ఆ దృశ్యాలు చూడలేక టీవీ ని కట్టేశాను.

"మీకు తెలిసినవాళ్ళ పిల్లలెవరూ ఆ దుర్ఘటన లో చిక్కుకోలేదు కదా?" హరి అడిగాడు.

"ఏమో తెలియదు. అశోక్ కి తెలుసేమో. ఇప్పుడిక్కడ లేరు. షటిల్ మేచ్ లో పాల్గొనడానికి వెళ్లారు. నాకేదో భయంగా ఉంది, హరి."

"నువ్వేం కంగారు పడకు. అశోక్ వచ్చేస్తాడుగా. ఇలాంటిదేమైనా జరిగినప్పుడు ధైర్యాన్ని కూడగట్టుకోవాలి.

వీలయితే, ఆపద లో చిక్కుకున్న ఫామిలీస్ కి మనం చేయగలిగినంత సాయం చెయ్యాలి. అంతేగాని ఢీలా పడిపోకూడదు. సరే, ఉంటాను నీలా!

అశోక్ ని జ్ఞాపకం చేసినట్టు చెప్పు. అశోక్ తో తర్వాత ఎప్పుడైనా మాట్లాడతాను బై" అని ఫోన్ పెట్టేశాడు.

సీసీటీవీ ఫుటేజ్ లో... రక్తపు మడుగులో చిందర వందరగా పడి ఉన్న ఆ స్కూల్ పిల్లల్ని చూసినప్పుడు, చిన్నప్పుడు మా నాన్న గారి సోదరుడైన రాఘవన్ అంకుల్ కు జరిగిన దుర్ఘటన నా మనసు లో కళ్ళకు కట్టినట్టుగా గోచరమైంది. హరి... రాఘవన్ అంకుల్ గారబ్బాయి. నాకంటే చిన్న వాడు. అంకుల్ ది, మాది ఒకే ఊరు. మా అంకుల్, పంటలు పండించటం లో మంచి శ్రద్ధ చూపేవారు. ఆయనకున్న భూమి చాలా తక్కువైనా, కొన్ని కొత్తరకాల పంటలు సాగు చేసి, అధిక దిగుబడి సాధించే వారు. అంకుల్ కి వ్యవసాయం లో ఉన్న నైపుణ్యాన్ని, సృజనాత్మక దృక్పథాన్ని గుర్తించి ఆయనకు ప్రభుత్వం వారు ఎన్నో బిరుదులు, బహుమతులు కూడా ప్రదానం చేశారు. ఆయనకు ఇటువంటి గౌరవం లభించటం అక్కడి భూస్వాములకు కంటగింపు గా ఉండేది. మా ఊరికి దగ్గర లో గిరిజనులు నివసించే అటవీ ప్రాంతముండేది. ఆ అడవిలో నక్సలైట్లు రహస్య స్థావరాలు ఏర్పాటు చేసుకుని, తమ కార్య కలాపాలు సాగిస్తూ ఉండేవారు.

ఆ అడవిలోనున్న చిన్న చిన్న గ్రామమాలలో గిరిజనులు నివసిస్తూ ఉంటారు. వారి జీవనాధారం అడవి లోని పంటలే. ఆ పంటలలో వారు కష్టపడి పండించుకున్నవి కొన్ని అయితే, అడవిలో ప్రకృతి సిద్ధంగా పండినవి కొన్ని. వారందరూ పేద మరియు అణగారిన వర్గాలకు చెందిన

వారే. వారు అడవిలో పండిన పంటలను ప్రక్కనున్న పట్టణాలలోను సంతలలోనూ అమ్ముకుని జీవనము సాగిస్తూ ఉండేవారు. ఆ పంటలు గిరిజనులను అనుభవించనివ్వకుండా, స్వార్థపరులైన కొందరు భూస్వాములు అడ్డు తగిలి, ఆ అడవి భూములు తమవైనట్టు నమ్మించి, ఆ అమాయక ప్రజల కష్టాన్ని దోచుకునేవారు. అటువంటి కిరాతక భూస్వాముల బారినుండి నిస్సహాయులైన పేద మరియు అణగారిన వర్గాల ప్రజలను కాపాడడానికి ఏర్పడిన సాయుధ దళాలు, నక్సలైట్లు గా పేర్కొనబడ్డారు. వారికి ఆయుధాలు, ఆర్థిక వనరులు శత్రు దేశాల నుండి లభిస్తాయని చెపుతూ ఉంటారు. ఆ గిరిజన గ్రామాల్లో నివసించే ప్రజలు నక్సలైట్ల ఉనికిని అతి రహస్యంగా ఉంచుతారు. ఎందుకంటే, కొందరు... నక్సలైట్లు తమకు రక్షణ కవచంగా వ్యవహరిస్తున్నారని నమ్ముతారు. మరికొందరు... వారి రహస్యాలను పోలీసులకు గాని మరి ఏ ఇతర ప్రభుత్వ సంస్థలకు గాని వెల్లడి చేస్తే, తమ ప్రాణాలకే ముప్పు వస్తుందని భయపడతారు. అంతేకాకుండా, అవసరమైనప్పుడు వారికి ఆహారము, నిత్యావసర వస్తువులు ఏర్పాటు చేస్తారు. మరియు పోలీసుల నుండి తల దాచుకునేందుకు ఆశ్రయం కూడా కల్పిస్తూ ఉంటారు. అయితే రాను రాను ఈ నక్సలైట్ ఉద్యమంలో కూడా కొన్ని అవక తవకలు చోటు చేసుకోవటం మొదలైంది. దాంతో మధ్యలో కొందరు అమాయకులు బలైపోయారు. రాఘవన్ అంకుల్ కి వచ్చిన గౌరవానికి ఓర్వలేని కొందరు భూస్వాములు, తమకు అనుకూలము గా ఉన్న గిరిజనుల ద్వారా

నక్సలైట్లకు ఆయన గురించి తప్పుడు సమాచారం అందించి, చివరకు ఆయన హత్యకు కారణమయ్యారు. రాఘువన్ అంకుల్ని, తను పొలంలో ఒంటరిగా ఉన్నపుడు, అతి దారుణం గా చంపేశారు. మా కుటుంబ సభ్యులందరినీ, ఈ సంఘటన చాలా దుఃఖానికి గురి చేసింది. ఈ సంఘటన జరిగిన తర్వాత, హరిని తనతోబాటు తీసుకుని, మా ఆంటీ, వాళ్ల అన్నయ్య గారుండే చెన్నై నగరానికి మకాం మార్చేశారు. అక్కడ రవి పెరిగి పెద్దవాడై, సివిల్ ఇంజినీరింగ్ లో, పి.జి. చేసి మంచి ఉద్యోగం సంపాదించాడు.

ఆ ఆగంతకుని కాల్పుల వల్ల జరిగిన అమాయక విద్యార్థుల దారుణ మరణాలు, గతం లో మా అంకుల్ హత్య తాలూకు ఆలోచనలతో, తల భారంగా ఉండటం తో, బెడ్ మీద పడుకున్నాను. కాసేపటికి అశోక్ వచ్చారు. "నీలా! ఎక్కడున్నావ్?" అంటూ బెడ్ రూమ్ లోనికి వచ్చారు. "ఈ రోజు స్కూల్ లో ఏం జరిగిందో నీకు తెలుసా?" బట్టలు మార్చుకుంటూ చెప్పుకు పోతున్నారు. "ఒక కిరాతకుడి చర్యకు, అమాయకులైన స్కూలు పిల్లలు బలైపోయారు."

"అవును అశోక్. హరి కూడా దుబాయ్ నుంచి ఫోన్ చేశాడు. తర్వాత టి వి లో సీసీటీవీ ఫుటేజ్ చూసి, నేను నిజంగా అవాక్కయ్యాను. నా మనసంతా అల్లకల్లోలం అయిపోయింది."

"ఎవరికేం జరిగినా, నువ్వు దాన్ని నీ పర్సనల్ ప్రాబ్లమ్ గా భావించి హైరానా పడి పోతావు. కాసేపు ఈ ఇన్సిడెంట్ ని మరిచి పోయి, రెస్ట్

తీసుకో."

"అశోక్! సమస్యల పరిష్కారానికి రక్త పాతం అవసరమా? వేరే మార్గాలేవీ లేవా? తరచుగా అమాయక సివిలియన్స్ తుపాకీ కాల్పులకు బలి అవుతూనే వున్నారు. ఇక్కడి ప్రభుత్వం గన్స్ ని ఎందుకు బేన్ చెయ్యరు?"

"అది నువ్వనుకున్నంత సులభం కాదు. ఏ గవర్నమెంట్ అయినా ఆ దేశ రాజ్యాంగం పరిధి లోనే నడుచుకోవాలి. ఇప్పుడున్న యూ.స్.ఎ. చట్టాల ప్రకారం, ఫైర్ ఆర్మ్స్ క్యారీ చెయ్యడానికి సంబంధించి, ప్రజలకున్న హక్కుల్ని ప్రభుత్వం త్రోసిపుచ్చలేదు. కాసేపు ఈ సంఘటనను మరిచి పోయి, విశ్రాంతి తీసుకో. నేను ఇవాళ, ఇంటినుంచే పని చేస్తాన్లే." అన్నారు.

అశోక్ ఇంటిదగ్గరే ఉంటారు కాబట్టి నాకు కొంచెం ధైర్యం వచ్చింది. ఇద్దరం ఎవరి పనుల్లో వాళ్లం నిమగ్నమైపోయాం.

లంచ్ సమయం లో అశోక్ నాతో ఇలా అన్నారు.

"నువ్వు అప్పుడప్పుడూ చర్చి లోపల ఎలా ఉంటుందో చూడాలని అనేదానివిగా! మన ఇంటి నుండి చూస్తే రెండు చర్చి లు కనపడతాయి కదా, వాటిలో ఒకటి సెయింట్ మేరీస్ కేథలిక్ చర్చి. ఆ చర్చిలో, వచ్చే ఆదివారం జరిగే కార్యక్రమాలలో భాగంగా, ఈ రోజు జరిగిన విషాద

సంఘటన పై 'సెలబ్రేషన్ అఫ్ లైఫ్' అనే కార్యక్రమం కూడా ఉంటుందట. ఆ కార్యక్రమానికి కాల్పుల్లో చనిపోయిన పిల్లల బంధువులు కూడా ముఖ్యమైన ఆహూతులు. దీని ముఖ్యోద్దేశం చనిపోయిన వ్యక్తుల బంధువులను... మనస్తాపాన్నుంచి, కుశలము వైపునకు మరల్చటమే. ముఖ్యంగా చనిపోయిన వ్యక్తుల యొక్క గుణ గణాలను, వారి గొప్పతనాన్ని శ్లాఘించటమే ఈ 'సెలబ్రేషన్ అఫ్ లైఫ్' ప్రధాన ఉద్దేశం. అందుకే, ఈ సెలబ్రేషన్ లో సంతోషానికి తప్ప విచారానికి తావులేదు. నా సలహా ఏమిటంటే, వచ్చే ఆదివారం నేను మా ఆఫీస్ కు వెళ్లాల్సిన పని ఉంది. ఆ సెలబ్రేషన్ ఉదయం పది గంటలకు ప్రారంభమౌతుంది. నువ్వు ఆ కార్య క్రమానికి హాజరైతే, నీకు తప్పకుండా ప్రశాంతత లభిస్తుంది" అని సలహా ఇచ్చారు.

అశోక్ ఇచ్చిన సలహా నాకు నచ్చింది. ఆదివారం రానే వచ్చింది. అశోక్ ఆఫీస్ కు వెళ్తూ, "నీలా! నేను చెప్పింది గుర్తుందిగా, నీకు వెళ్లాలనిపిస్తే చర్చి కి వెళ్లి, 'సెలబ్రేషన్ అఫ్ లైఫ్' కార్యక్రమం ఎలా జరుగుతుందో చూడు. నీ మనసు కొంచెం కుదుట పడుతుంది. నీకు కొంత కాలక్షేపం కూడా అవుతుంది. బి చీర్ ఫుల్ డియర్." అని చెప్పి ఆఫీసుకి బయలు దేరారు. అశోక్ చెప్పిన పద్ధతి చూసి నాలో నేనే నవ్వుకున్నాను. పింక్ స్కర్ట్, బ్లూ టాప్ తో, డ్రెస్ మార్చుకొని, చర్చి కి బయలుదేరాను. ఆదివారం కాబట్టి, ట్రాఫిక్ అంతగాలేదు. సెయింట్ మేరీస్ కేథలిక్ చర్చి లో సర్వీస్ అప్పటికే

ప్రారంభమైపోయింది. పోడియం దగ్గర ఎవరో మాట్లాడుతున్నారు. మధ్యలోచప్పట్లు వినపడుతున్నాయి. ధైర్యం చేసి చర్చి లోపలికి తొంగి చూశాను. వెనక సీట్లలో కూర్చుని ఉన్న కొందరు నన్ను చూసి లోపలికి రమ్మని ఆహ్వానిస్తున్నట్టుగా చేతులు ఊపారు. ఎర్రని దుస్తులు ధరించిన ఒక స్త్రీ చిరు నవ్వు తో నా దగ్గరకు వచ్చింది. "హలో! వెల్కమ్" అని నా చేతిని సాదరంగా తన చేతిలోకి తీసుకుంది. తర్వాత తన ప్రక్క సీటు చూపించి నన్ను కూర్చోమంది. నా పేరు అడిగింది, చెప్పాను.

"నీల...మంచి పేరు. ఈరోజు ఇక్కడ 'సెలబ్రేషన్ అఫ్ లైఫ్' జరుగుతున్నది. ఈ కార్య క్రమాన్ని శ్రద్ధగా చూసిన వారికి మనసులో ఆందోళనలేమైనా ఉంటే, అవి పటాపంచలవుతాయి. ప్రశాంతత చేకూరుతుంది.

"థేంక్ యు మేడం." అని చెప్పి కూర్చున్నాను. 'సెలబ్రేషన్ అఫ్ లైఫ్' కార్య క్రమం లో భాగంగా ఉపన్యాసాలు సాగుతున్నాయి. వారు చెప్పే మాటలు మనసుకు ఉపశమనం కలిగించేలా ఉన్నాయి. ఆ ఉపన్యాసాలకు ఉత్తేజితులైన ప్రజలు, అప్పుడప్పుడు చప్పట్లు కొడుతున్నారు. కాల్పుల్లో చనిపోయిన పిల్లల బంధువులు కొందరు ముందుసీట్లలో కూర్చుని ఉన్నారు. ఉపన్యాసాలు ముగిశాక బిగ్గరగా మ్యూజిక్ ప్రారంభమైంది. ఆ మ్యూజిక్ లోని రిథమ్, వైబ్రేషన్ తో నాకు, గాలిలో తేలిపోతున్న ఫీలింగ్ కలిగింది. మ్యూజిక్ ఆగింది. అప్పుడు ప్రతేకమైన దుస్తులు ధరించిన ఒక

వ్యక్తి, పాస్టర్ అనుకుంటాను, వేదిక మీద నుండి దిగి ఆడియెన్స్ లోనికి వచ్చారు.

"లార్డ్ ను ప్రార్ధించండి మిత్రులారా" అని ఒక ప్రత్యేకమైన స్వరం తో బిగ్గరగాను సుస్పష్టం గాను వరుసగా మూడు సార్లు, క్రమంగా స్వరం పెంచుతూ అన్నారు. ఆమూడు సార్లు ఆడియెన్స్ నుండి "ఆమెన్" అని అదే స్థాయి లో రెస్పాన్స్ వచ్చింది. ఆమెన్ అంటే, అలాగే అని అర్థం అనుకుంటాను. పాస్టర్ ఈ సారి "మీరెప్పుడైనా దేవుణ్ణి అడిగారా, అమాయక బాల బాలికలు ఈ దారుణానికి ఎందుకు గురి అయ్యారని? మీరెప్పుడైనా దేవుణ్ణి అడిగారా ఈ రాక్షస కృత్యాన్ని, ఎందుకు ఆపలేదని?" అని ప్రశ్నార్థకంగా ఆడియెన్స్ లో అందరి వైపు చూశారు. మళ్ళీ తన ప్రసంగాన్ని కొన సాగించారు.

"మీరు ఎప్పుడైనా దేవుణ్ణి అడిగారా, మనుషుల్ని... సంతోషంలో ఉన్నప్పుడు నవ్వేలా, విచారం లో ఉన్నప్పుడు ఏడ్చేలా ఎందుకు సృష్టించావని? దేవుణ్ణి మీరు అడిగారా పగలు, రాత్రుళ్లను ఎందుకు ఏర్పరిచావని?

ఒకరి కష్టాన్నీ...సుఖాన్నీ, మరొకరు పంచుకునేటట్లు, ఒకరికొకరు తోడుగా ఉండేటట్లు మనల్ని సృష్టించిన ఆ దేవునికి అందరం కృతజ్ఞతాభివందనాలు అర్పిద్దాం. ఇప్పుడు మనమందరం లేచి నిలబడి, ఒకరి భుజాలు మరియొకరు పట్టుకుని, ప్రార్థన చేద్దాం." అన్నారు పాస్టర్.

నేను సభ లో ఉన్న అందరి వైపు ఒక సారి చూసి, వారితోబాటు లేచి నిలబడ్డాను.

"ఇప్పుడు నేను చెప్పే ప్రార్థన వాక్యాల్ని మీరు కూడా ఉచ్ఛరించండి."

"దేవుడా! మా హృదయాలను బల పరిచేందుకు, మా బాధలను పంచుకునేందుకు, ఒకరిని మరొకరికి తోడుగా ఇచ్చావు. అందుకు, నీకు ఇవే మా వందనములు." అని పాస్టర్ అంటే సభలో అందరూ రిపీట్ చేశారు. అప్పుడు పాస్టర్ "ఆమెన్" అన్నారు. "ఆమెన్" అని అందరూ రిపీట్ చేశారు.

తర్వాత ఆ హాలు లో మ్యూజిక్ బిగ్గరగా వినిపించింది. నాలో ఏదో తన్మయత్వం ఆవహించింది. ఆ తన్మయత్వం లో నేను, నన్ను ఈ 'సెలబ్రేషన్ అఫ్ లైఫ్' కు ఆహ్వానించిన ఆమెను హగ్ చేసుకుని, బై చెప్పి, ఇంటికి బయలు దేరాను. అప్పుడు నాకు ఈ ప్రపంచం చాలా కొత్తగా కనిపించింది. నా మనసు దూది పింజలా తేలిక పడింది.

ఆరోజు రాత్రి నిద్రలో నాకొక కల వచ్చింది. ఆ కలలో "కొంత మంది బాల బాలికలు... మల్లి పువ్వుల్లా తెల్లగా మెరుస్తున్న దేవతా వస్త్రాల్లాంటి, అతి సన్నని సిల్క్ దుస్తులు, సున్నితమైన శిరస్త్రాణాలు ధరించి, అందాలు చిందిస్తూ, నాట్యం చేస్తూ, గాలిలో తేలిపోతూ, పక్షుల గుంపులా అంతరిక్షం లోనికి ఎగిరి పోతున్నారు. నేను వారిని వెనక్కి రమ్మని పిలువబోయాను. నా గొంతు పెగల్లేదు. ఎవరో నాగొంతు నొక్కిపట్టినట్టయింది. ఇంకా బిగ్గరగా

పిలవడానికి ప్రయత్నించాను, కానీ మళ్ళీ అదే పరిస్థితి. ఎన్నిసార్లు ప్రయత్నించినా ఫలితం లేకుండా పోయింది." అంతట్లో నాకు మెలుకువ వచ్చేసింది.

***

6

ఫార్మర్స్ మార్కెట్ లో కూరగాయలు అమ్మే ఒక స్త్రీ, నా ముఖం చూసి, గతం లో జరిగిన ఒక సంఘటన గురించి చెప్పే సరికి, నేను ఆందోళనకు గురి అయ్యాను... నీల

***

అశోక్, నేను కలిసి, వేసవి రోజుల్లో, వీలయిన ప్రతి శని వారం మినియాపోలిస్ ఫార్మర్స్ మార్కెట్ [రైతు బజార్] కు వెళ్తాం. తప్పనిసరి అయితే తప్ప మిగతా పనులేవీ ఆరోజున పెట్టుకోము. తాజా కూరగాయలు, పళ్ళు, లేత ఆకు కూరలు పుష్కలంగా అక్కడ దొరుకుతాయి. అప్పుడే కోసి తెచ్చిన రంగు రంగుల పువ్వులు అందాలు పుణికి పుచ్చుకుని, సుగంధాలను వెదజల్లుతాయి. మృదువుగావుండే ఆ పువ్వుల రేకులను, సుతారంగా తాకి, వాటి సువాసనలను ఆస్వాదించటమంటే నాకు చాలా ఇష్టం.

యధా ప్రకారం, ఒక శని వారం ఉదయం మేమిద్దరం ఫార్మర్స్ మార్కెట్ కు చేరుకున్నాం. పార్కింగ్ ప్లేస్ లో కార్ పార్క్ చేసి మార్కెట్ లోపలి కి వెళ్లాం. అక్కడ రైతులు పండించిన కూరగాయలు, పళ్ళు, ఆకుకూరలు, నర్సరీ ప్లాంట్స్, పువ్వులే కాకుండా, అపరాలు, గోధుమలు, అనేక రకాల వరి ధాన్యాలు, పచ్చళ్ళు, నెయ్యి, పాలు, తేనె మొదలైన నిత్యావసర

వస్తువులు కూడా లభిస్తాయి. అంతే కాకుండా ఆ మార్కెట్ కు అనుబంధంగా దుస్తులు, లోకల్ గా తయారు చేసిన గోల్డ్ ప్లేటెడ్ నగలు, ఇంకా రకరకాల వస్తువులు అమ్మే స్టాల్స్ కూడా ఉంటాయి.

నన్ను బేరమాడటం లో దిట్ట అంటుంటారు అశోక్. కానీ ఆరోజు ఎందుకో ఎవ్వరూ... చెప్పిన ధరకు ఏమాత్రం తగ్గలేదు. బహుశా మార్కెట్ కు కొనుగోలుదారులు ఎక్కువగా వచ్చినందుకేమో!

చాలా రకాల కూరగాయలున్నాయిగాని, నా ఫేవరెట్ అయిన గుత్తి చిక్కుళ్ళు [స్ట్రింగ్ బీన్స్] లేవు. మేమిద్దరం మార్కెట్ అంతా తిరిగి, కావలసిన దినుసులన్నీ కొనేసరికి, మధ్యాహ్నం దాటిపోయింది. అశోక్ కి ఓర్పు నశించిపోయి నన్ను త్వరగా తేల్చమని తొందర చేశారు. ఏమైనా మరిచిపోయానేమోనని ఒకసారి చుట్టూ చూశాను. చేతిలోని బరువుగా వున్న బేగ్స్ అన్నీ అశోక్ దగ్గర పెట్టి, ఆయన్ని అక్కడ ఉండమని, ఇప్పుడే వచ్చేస్తానని చెప్పి, నేను ఒక వియత్నాం మేడం కూరగాయల దుకాణం దగ్గరకు వెళ్లాను. ఆమె తన తలకు సాంప్రదాయ బద్ధంగా ఊల్ తో తయారు చేసిన ఎర్ర రంగు స్కార్ఫ్ కట్టుకుని వుంది. ముడతలు పడ్డ ఆమె ముఖంలో అర్థం కాని నవ్వు ఎప్పుడూ తాండవిస్తూ ఉంటుంది. ఆమెతో నాకెప్పుడూ పరిచయం లేదు. నేను అంతకు ముందెప్పుడూ ఆమె దగ్గర కూరగాయలు కొనలేదు. ఆ దుకాణం లో వున్న కూరగాయలు చాలా తాజాగా కనిపించాయి. నేను వెదుకుతున్న స్ట్రింగ్ బీన్స్ ఆమె దగ్గర

కనిపించాయి. ధర అడిగితే, ఆమె నాలుగు కట్టలు పది డాలర్లని చెప్పింది. నేను ఆ ధర కే ఐదు కట్టలిమ్మని అడిగాను. ఆమె నాకళ్ళల్లోకి సూటిగా చూసి, నవ్వింది.

"అలాగే బిడ్డా. ఈ కట్టలన్నీ నీకు ఉచితంగా ఇమ్మన్నా ఇచ్చేస్తాను." వ్యంగ్యంగా అన్నట్టు నాకు ధ్వనించింది.

"నీ ముఖం చూస్తుంటే, నిన్నొక విషయం అడగాలనిపిస్తున్నది." కళ్ళు మూసుకుని కొంచెం సేపు మౌనంగా ఉండి తర్వాత కళ్ళు తెరిచింది.

"నీకొక గండం తప్పింది కదా బిడ్డా?" అంది.

నేను స్టన్ అయిపోయాను. నా తల తిరిగిపోయింది. నేనేంచేస్తున్నానో నాకే తెలియలేదు. వెంటనే ఆమెకు పది డాలర్లు చెల్లించి, నాలుగు కట్టలు మాత్రమే తీసుకుని, త్వర త్వర గా అశోక్ ఉన్న చోటికి వచ్చేశాను. ఈ సారి ఇంటికెళ్లిపోదామని, అశోక్ ని నేను తొందరపెట్టాను. అశోక్ కి నేనేదో ఆందోళన లో ఉన్నట్లు అర్థమైంది. కొన్న ఐటమ్స్ అన్నీ తీసుకుని, పార్కింగ్ ప్లేస్ లో ఉన్న కార్ వైపు నడిచాం. కార్ స్టార్ట్ చేసి ఇంటికి బయలుదేరాం. కారు లో ఇద్దరం మౌనంగా వున్నాం.

“ఫార్మర్స్ మార్కెట్ నుంచి, వెళ్లి పోదామని, ఎందుకు నన్నంత తొందర పెట్టావ్?" అని ఇంటికెళ్ళాక అశోక్ నన్నడిగారు.

"ఆ కూరగాయల అమ్మి, నా ముఖం వంక పరీక్ష గా చూసి, నా కొక గండం తప్పిందని చెప్పింది. అంతకు ముందెప్పుడూ నేను ఆమెను కలుసుకోలేదు. ఈవేళే మొట్టమొదటి సారిగా ఆమెను చూశాను. ఇండియా లో నాకు తప్పిన గండం గురించి ఎంతో దూరంలో ఉన్న ఆమెకెలా తెలిసింది?" నా మాటలు విన్న తర్వాత, అశోక్ కూడా ఆశ్చర్య పోయారు.

"చాలా విచిత్రంగా ఉంది నీలా ఈ సంగతి!... కొంత మందికి ఎదుటి వ్యక్తి ముఖం చూసి, ఆవ్యక్తి మనసును చదవగలిగే శక్తి ఉంటుందని విన్నాను. ఆ శక్తి ఉన్న వాళ్ళు ఇతరుల గతాన్ని భవిష్యత్తును కూడా తెలుసుకోగలరు. బహుశా ఆమెకా శక్తి ఉందేమో. లేకపోతే బేరమాడే నీ తెలివితేటలకు తట్టుకోలేక, నీతో మైండ్ గేమ్ ఆడిందేమో. మొత్తం మీద చాలా తెలివైనదేలే ఆ ముసలమ్మ."

“చాల్లే, నీకంతా వేళాకోళంగా ఉంది. ఆమె చెప్పింది పక్కా నిజం. నాకు ప్రమాదం తప్పింది. కానీ ఫాతిమా కు తప్పలేదు."

"మధ్యలో ఈ ఫాతిమా ఎవరు?" అని నా వంక చూశారు అశోక్.

ఫాతిమా జ్ఞాపకం వచ్చే సరికి నాకు ఏడుపొచ్చింది. అర్ధాంతరంగానే ఆమె జీవితం ముగిసిపోయింది. నా కళ్ళ వెంబడి గిర్రున నీళ్లు తిరిగాయి. నా పరిస్థితి గమనించి, అశోక్ నా జవాబుకోసం ఎదురు చూడలేదు.

ఆ మర్నాడు అశోక్ తో, గతంలో నా స్నేహితురాలు బస్సు ప్రమాదం లో చని పోయిన సంగతి, నేను ఆ బస్సు మిస్ అయినందు వల్ల ఆ ప్రమాదానికి గురికాలేదన్న సంగతి వివరంగా చెప్పాను.

కొన్ని సంవత్సరాల క్రితం జరిగిన సంఘటనలు నా మనసులో మెదిలాయి!

నేను డిగ్రీ చదువు తున్న రోజుల్లో దసరా సెలవులకు వేదగిరి అనే ఊర్లో నివసిస్తున్న మా అమ్మమ్మ గారింటికి వెళ్లాను. అక్కడ అమ్మమ్మ తోబాటు కృష్ణన్ మామయ్య, శారద అత్తయ్య, వాళ్ళ అమ్మాయి, పదేళ్ల మాలూ... వాళ్ళ అబ్బాయి, ఎనిమిదేళ్ల రవి ఉంటున్నారు. అమ్మమ్మ కు నేనంటే చాలా ఇష్టం. తన మనమలమైన మా ముగ్గురికి భేతాళ విక్రమార్క వంటి రాజుల సాహస గాథలు, రామాయణ, భారత భాగవతాల వంటి పురాణాలలోని కొన్ని ఘట్టాలు, మమ్మల్ని ఆకట్టుకొనేలా చెప్పేది.

మా మామయ్య, చంటి పిల్లల పాల పదార్థాలు తయారు చేసే కంపెనీ లో రీజినల్ మేనేజర్ గా పని చేసేవారు. సౌత్ ఇండియా లోని ఆ కంపెనీ బిజినెస్ అంతా ఆయన పరిధిలో ఉంటుంది. ఆ కారణంగా ఆయనకు ప్రయాణాలు ఎక్కువయ్యాయి. అందుచేత నెలలో కొద్ది రోజులే ఆయన ఇంటి వద్ద ఉంటారు. ఇక అత్తయ్య ఎప్పుడూ ఇంటి పనుల్లో మునిగి ఉంటారు. వాళ్ళ పిల్లలికి, నాకు కూడా సెలవులు కాబట్టి మేము

ఆడుకుంటూనో, అమ్మమ్మతో కథలు చెప్పించుకుంటూనో సెలవు రోజులు గడిపే వాళ్ళం. అమ్మమ్మ ఎప్పుడూ పురాణ కథలో, లేక రాజుల కథలో చెప్పేది. అవి చాలా సార్లు విన్నాం.

కాబట్టి ఈసారి కొత్త కథ ఏదయినా చెప్పమని అడిగాం. అమ్మమ్మ కాస్సేపు ఆలోచించి, "పోనీ మాఊర్లో జరిగిన ఒక కథ చెప్పనా?" అంది.

"భలే భలే, అయితే చెప్పు నానమ్మా" అన్నాడు రవి.

"అలాగే" అని అమ్మమ్మ తన చిన్నప్పుడు జరిగిన ఒక కథని చెప్పడం మొదలెట్టింది.

***

నేను చెప్ప బోయే రాధ-నీలన్ ల కథ కొన్ని సంవత్సరాల క్రితం జరిగింది. అప్పటికి నీలా వాళ్ళ అమ్మకి పెళ్లవ్వలేదు. మాలూ, రవి వాళ్ళ నాన్న కూడా చిన్న వాడే ...... నీల వాళ్ళ అమ్మమ్మ.

***

నీలా! నేను చెప్ప బోయే రాధ-నీలన్ ల కథ కొన్ని సంవత్సరాల క్రితం జరిగింది. అప్పటికి మీ అమ్మకి పెళ్లవ్వలేదు. మాలూ, రవి వాళ్ళ నాన్న కూడా చిన్న వాడే. రాధ అనే అమ్మాయి మా ఇంట్లో పని చేసేది. పశువుల్ని సాకటం తోబాటు, తోట పనుల్లోనూ, ఇంటిపనుల్లోనూ నాకు సాయం చేసేది. చాలా చలాకయిన పిల్ల. ఇక దాని అందమంటావా,

చెప్పనక్కరలేదు. మామిడిపండు రంగు లో ఉండేది. చక్కని కను ముక్కు తీరుతో చెక్కిన బొమ్మ లా ఉండేది. ఒక్క మాట లో చెప్పాలంటే, శుభ్రమైన బట్టలు కట్టుకుని, మెడలో ఒక పూసల దండ వేసుకుంటే, వేరే ముస్తాబు అక్కర లేకుండానే, నేను మీకు చెప్పిన రాధా కృష్ణుల కథలో రాధ లాగా ఉండేదనుకో. కానీ ఏం లాభం? రాధ చాలా బీద కుటుంబంలో పుట్టింది. రాధ తన తండ్రి లేకపోవటంవల్ల పొలం పనులు, ఊళ్ళో వాళ్ళ ఇంటి పనులు చేసి, తన రోగిష్టి తల్లిని సాక వలసి వచ్చేది.

రాధ తండ్రి ఈ ఊరి జమీందారు దగ్గర పాలేరుగా పనిచేసి, అప్పు తీరుస్తాననే ఒప్పందం మీద కొంత డబ్బు అప్పు తీసుకున్నాడు. అప్పు తీరేవరకు పాలేరు పని చెయ్యడమే కాకుండా పెద్ద మొత్తం లో వడ్డీ చెల్లించాలి. అతని దగ్గర పనిచేసినందుకు అతనిచ్చే కూలి చాలా తక్కువ. తనకుటుంబాన్ని పోషించుకొనడానికి కూడా సరిపోదు. ఇక వడ్డీ ఏంకడతాడు? అందుచేత అప్పు, చక్ర వడ్డీతో సహా నానాటికీ పెద్దదై, అప్పు తీర్చలేని స్థితికొచ్చాడు. అప్పుడు ఆ జమీందారు, రాధ తండ్రి తో వెట్టి చాకిరీ ఒప్పంద పత్రం మీద వేలుముద్ర వేయించి, అతను బ్రతికున్నంత వరకు, ఆ జమీందారు దగ్గరే పనిచేసేటట్లు చేశాడు. అమాయకుడు, నిరక్షరాస్యుడు అయిన రాధ తండ్రి, ఏమీ చెయ్యలేక అతని వంచనకు లొంగిపోయి, అతని దగ్గర చేసే పాలేరు పనిలో స్థిరపడిపోయాడు. పైపెచ్చు భార్య అనారోగ్యంతో బాధ పడటం వల్ల అతనికి వేరే మార్గం లేక పోయింది.

ఈ నేపథ్యంలో సంసారాన్ని ఈదలేక, ఆందోళన కు లోనై ఉండగా, మూలిగే నక్క మీద తాటికాయ పడ్డట్టు, అతనికి చలి జ్వరం సోకింది. సరైన వైద్యం చేయించుకునే స్థోమత లేక నాటు వైద్యంతోనే సరిపెట్టుకోవటంతో, అతనికి ప్రాణాలు దక్కలేదు.

తండ్రి చనిపోయిన తర్వాత ఇంటి బాధ్యత అంతా రాధ మీద పడింది. అప్పటికే రాధ పెళ్లీడు కు వచ్చి ఉంది. ఆ కుటుంబ పరిస్థితి ఇలా ఉంటే, ఆ జమీందారు ఇంకో విషయం బయట పెట్టాడు. అతని తండ్రి వేలు ముద్ర వేసిన ఒప్పందపత్రం లో, ఒకవేళ ఏ కారణం చేత నైనా అప్పు తీరక ముందే అతను చనిపోతే, అతని వారసులు ఆ జమీందారు దగ్గర పెట్టి చాకిరీ చెయ్యాలని వ్రాసి ఉందని రాధ ని పిలిచి చెప్పాడు. అతను రాధకు ఎంతో మేలు చేస్తున్నట్లు "నువ్వు అప్పు తీర్చడానికి, మా ఇంట్లో ప్రతి రోజు ఒక పూట పని చేస్తే చాలు. మిగతా పూట ఎక్కడైనా పని చేసుకుని, వచ్చే డబ్బులతో మీ కుటుంబాన్ని పోషించుకో." అనిసలహా ఇచ్చాడు. దీని అర్థం ఏమిటంటే, రాధ తన ఇంట్లో పని చేసినందుకు కూలి ఇవ్వడు. అది ఆమె తండ్రి చేసిన అప్పు మీద అయిన వడ్డీ గా జమ కట్టుకుంటాడు. అప్పు అలానే కొన సాగుతుంది.

రాధకు ఏం చెయ్యాలో అర్థం కాలేదు. దళితురాలిగా పుట్టడమే ఆమెకు శాపమయింది. వాళ్ళ పెద్దలను సంప్రదిస్తే, ఆ జమీందారు కర్కోటకుడని,

తన మాటకు అడ్డు చెప్పితే వేరేవిధంగా హింసకు గురి చేస్తాడని, అతని దగ్గర వెట్టి చాకిరీ చేసి అప్పు తీర్చటం ఒక్కటే మార్గమని తేల్చేశారు. గత్యంతరం లేక ఆ జమీందారు ఇంట్లో ఒక పూట పనిలోకి చేరింది. అప్పటికే రాధ మా ఇంట్లో పని చేసేది. తండ్రి చనిపోయాక రెండో పూట మాత్రం మా ఇంట్లోనూ, ఇంకా మరికొందరు ఇళ్లల్లోనూ పనిచేసి, కుటుంబాన్ని పోషించుకునేది.

ఇంచుమించు ఇటువంటి పరిస్థితులలోనే ఆ జమీందారు దగ్గర బానిస గా రాధ కంటే కొద్ది సంవత్సరాల ముందు నుంచీ నీలన్ అనే దళిత యువకుడు, పాలేరుగా పనిచేస్తూ ఉండేవాడు. దళిత కుటుంబం లో పుట్టినా నీలన్ చురుకైన వాడు, బలవంతుడు కూడా. వాడికి కర్ర సాము ఎంత బాగా వచ్చునంటే, పది మంది తన మీద కు దెబ్బలాటకు వచ్చినా, తన మీద ఈగ వాలకుండా వాళ్ళను తరిమి కొట్ట గలడు. వాడికి చదువుకోవాలని ఉండేది. కానీ ఆ అవకాశం వాడికి కలగలేదు. ఆ జమీందారు వాణ్ని ఎప్పుడూ ఖాళీ గా ఉంచలేదు. వాడిది పశువులను సాకటం లోను, వ్యవసాయం చెయ్యటం లోనూ అందె వేసిన చెయ్యి. తెల్లవారి లేచిన దగ్గర్నుంచి, రాత్రి అంతా సద్దు మణిగే వరకూ, వాడు చెయ్యాల్సిన పనులకు లెక్క లేదు. వాడికి వెనుకా ముందూ ఎవరూ లేరు. తన పనులన్నీ అయ్యాక, వాళ్ళు పెట్టింది తిని, అక్కడే ఏ అరుగు మీదో,

లేకపోతే ఒక్కొక్క సారి, పంటలను కాపలా కాయడానికి, పొలం లో గడ్డి పరుచుకునో, నిద్ర పోయేవాడు.

ఇంతటి కష్ట జీవి అయి ఉండి కూడా, వాడి ముఖం లో ఎప్పుడూ, విచారం కనపడేది కాదు ఎల్లప్పుడూ నవ్వుతూ అందరి తోనూ సరదాగా మాట్లాడే వాడు.

పేరుకు తగినట్లుగానే నీలన్ నల్లగా ఉండేవాడు. కానీ వాడి ఆకారం మాత్రం చూడ్డానికి చక్కగా ఉండేది. వాడు తనను కృష్ణుడి తో పోల్చుకునేవాడు. వాడు మురళి తో వీనుల విందుగా, శ్రావ్యమయిన పాటలు వాయించే వాడు. ముఖ్యం గా వాడు రాధా కృష్ణుల విరహ, సరస సల్లాప గీతాలు ఆలపించే వాడు. ఆలపించటమే కాదు, కంపెనీ తయారు చేసిన ఫ్లూట్ కంటే వాడు వెదురు గొట్టం తో తయారు చేసిన మురళి తో చక్కని సంగీత బాణీలు పలికేవి.

రాధ కూడా జమీందారు ఇంట్లో పనికి చేరటం తో క్రమ క్రమం గా రాధ తో నీలన్ కు కొంచెం చనువు ఏర్పడింది. ఆ చనువు తో వాళ్ళు ఒకర్నొకరు ఇష్టపడటం, ఆ ఇష్టం ప్రేమ గా మారటం జరిగింది.

ప్రతి రోజు నీలన్ పశువులను చెరువు లో శుభ్ర పరిచి, వాటిలో నదరు గా ఉన్న ఒక దున్నపోతు పైకి ఎక్కి కూర్చుని పశువులను జమీందారు ఇంటికి తోలుకుని వెళ్ళేవాడు. అలా తోలుకుని వెళ్తున్నపుడు, దున్న

పోతు మీద కూర్చుని ఉండగానే, మురళి చక్కగా వాయించే వాడు. ఆ సమయం లో కొంత మంది ఇళ్లల్లో నుండి బయటికి వచ్చి, వాడి మురళీ నాదాన్ని వినే వారు.

రాధ, మా ఇంట్లో పనిచేస్తున్నప్పుడు, నీలన్ ఎప్పుడు వస్తాడా ఎప్పుడు వాడి మురళీ గానం విందామా అని ఎదురు చూస్తూ ఉండేది. ఎందుకంటే జమీందారు గారింటికి వెళ్లాలంటే మా వీధి నుండే వెళ్ళాలి.

ఒకసారి నేను రాధ ను అడిగేశాను. "ఏమే, నీకు నీలన్ అంటే ఇష్టమా?" అని. రాధ సిగ్గు పడుతూ చెప్పడానికి తట పటాయించింది.

"ఫర్వాలేదులేవే, నేను ఎవ్వరికీ చెప్పను" అన్నాను.

"చాల్లే, ఊరుకోండమ్మగారూ." అని సిగ్గుతో నవ్వుతూ వెళ్ళిపోయింది. రాధ ముఖం నీలన్ ని చూసినప్పుడల్లా పెట్రోమాక్స్ లైట్ లాగ వెలిగిపోయేది.

నీలన్ కూడా తక్కువేం కాదు. రాధంటే వాడికి ప్రాణం. రోజంతా ఎంత శ్రమ పడినా, రాధను చూసే సరికి వాడు తన శ్రమనంతా మరిచిపోయేవాడు. వాడు మురళి తయారు చెయ్యటంలో నిపుణుడని ముందే చెప్పాను గా, అడక్కుండానే రాధకు ఒక మురళిని తయారు చేసి ఇచ్చాడు. రాధకే కాదు ఎవరయినా మురళి కావాలని అడిగితే చేసి, వారికీ ఇచ్చే వాడు. రాధ నాకు కూడా ఒక మురళి చేయించి బహుమతిగా

ఇచ్చింది. ఇచ్చి చాన్నాళ్ళయినా, ఆ మురళి ఇంకా నా దగ్గర భద్రంగానే ఉంది.

తర్వాత కొన్నాళ్ళకి వెట్టి చాకిరీ ని రద్దు చేస్తూ అప్పటి ప్రభుత్వం ఒక చట్టాన్ని అమలు లోనికి తెచ్చింది. దాని ప్రకారం ఇప్పటికి ఇంకా బానిసల లాగా వెట్టి చాకిరీ చేస్తున్న వారు, ఆ సంకెళ్ళ నుండి బయటికి వచ్చెయ్య డానికి అర్హులు, వాళ్లపై వెట్టి చాకిరీ చెయ్యమని ఒత్తిడి తెచ్చిన వారు శిక్షార్హులు అవుతారు. ఈ శుభ పరిణామంతో, కొందరు శ్రామిక వర్గ నాయకులు, నీలన్ కు ఆ చట్టం తాలూకు వివరాలు అన్నీ చెప్పి, జమీందారు దగ్గర వెట్టి చాకిరీ చెయ్యటం మానెయ్యమని చెప్పారు. ఇప్పుడు స్పష్టమైన చట్టం ఉంది కనుక, ఆ చాకిరీ మానేసినా పోలీసులు, కోర్టులు ఏమీ చెయ్యలేవు అని కూడా చెప్పారు. నీలన్ మొదట్లో భయపడ్డాడు. "నీ వెనకాల మేమున్నాము" అని భరోసా ఇచ్చే సరికి, నీలన్ జమీందారు గారి పని లోకి వెళ్లడం మానేశాడు. అంతే కాకుండా రాధకు నచ్చజెప్పి, ఆమెతో కూడా వెట్టి చాకిరీ కి స్వస్తి చెప్పించాడు.

ఈ పరిణామం తో జమీందారు కోపం తో రెచ్చి పోయాడు. పోలీసులకు చెప్పి జైల్లో పెట్టిస్తానని నీలన్ కు కబురు పెట్టాడు. అయినా నీలన్ బెదరలేదు. మర్నాడు పనిలో చేరకపోతే పర్యవసానం విపరీతంగా ఉంటుందని, రాధకు కూడా కబురు పెట్టాడు. కానీ ఆబెదిరింపులకు రాధ

కూడా తల వంచ లేదు. మా ఊర్లో మకుటం లేని మహా రాజు లాగా వెలిగిన ఆ జమీందారు, ఇది తనకు జరిగిన అవమానం లాగా భావించాడు.

తదుపరి కార్యాచరణ గురించి శ్రామిక వర్గ నాయకులను సంప్రదించడానికి, నీలన్ పట్టణానికి వెళ్ళాడు. అది అవకాశం గా తీసుకుని, జమీందారు ఒక పన్నాగం పన్నాడు. ఆ రోజు నిశ రాత్రి సమయంలో కిరాయి రౌడీలను పంపి, రాధ... వాళ్ళమ్మ నివసించే గుడిసె కు వాళ్లిద్దరూ గాఢ నిద్రలో ఉన్న సమయం లో, నిప్పంటించేటట్లు చేశాడు. ఊరికి చివర గా ఉండడం వల్ల, ఏ విధమైన సహాయము అందక, గుడిసె తో బాటు వాళ్లిద్దరూ కాలి బూడిదయిపోయారు.

తెల్లవారగానే జమీందారు పోలీస్ స్టేషన్ లో ఫిర్యాదు నమోదు చేసి, నీలన్ ని నిందితునిగా పేర్కొన్నాడు. నల్లగా ఉన్నానని తనను పెళ్లి చేసుకోనడానికి నిరాకరించి నందుకు, రాధా వాళ్ళింటికి నిప్పంటించి, నీలన్... వాళ్లిద్దరి చావుకు కారణమయ్యాడని, ఈ నింద తన మీద పడకుండా ఎక్కడికో పారిపోయాడనేది, ఆ ఫిర్యాదులోని అభియోగం. ఆ ఫిర్యాదులో నకిలీ సాక్షుల తో సంతకాలు చేయించాడు. ఆ ఫిర్యాదును ఆధారం గా తీసుకుని, పోలీసులు, నీలన్ ఆచూకీ తెలుసుకుని, అతన్ని అరెస్టు చేసి, నిర్బంధం లో ఉంచారు.

జమీందారు మరికొన్ని తప్పుడు సాక్ష్యాలు సృష్టించి, సంబంధిత

అధికారులకు లంచాలిచ్చి, తన చెప్పు చేతలలో ఉంచుకుని, తెరవెనుక చేయ వలసిన ఏర్పాట్లన్నీ చేసి, న్యాయస్థానం నీలన్ కు జీవిత ఖైదు విధించేటట్లు, చేశాడు.

తనను కాదని ఎవరూ బ్రతికి బట్ట కట్ట కూడదని జమీందారు యొక్క అభిమతం. ఎంతటి అకృత్యమైనా చేసి తన ఆధిపత్యాన్ని నిలబెట్టుకుంటాడు. అతని రాక్షసత్వానికి, అమాయకులైన రాధ, ఆమె తల్లిదండ్రులు, గతం లోని నీలన్ తల్లిదండ్రులతోబాటు, నీలన్ కూడా జమీందారుకు వెట్టి చాకిరీ చేసి బలి అయ్యారు. ఈ కథ విన్న రవి, మాలూ మెల్ల గా నిద్రలోకి జారుకున్నారు. నీల మాత్రం కలత చెందినట్లు కనిపించింది.

***

ఒక స్వామీజీ ఈ ఊరొచ్చి, రావి చెట్టు క్రింద కూర్చుని, ధ్యానం లో మునిగి పోయారు..... నీల వాళ్ళ అమ్మమ్మ.

***

నాకు మా మనవలతో పిచ్చాపాటీ ముచ్చటించుకోవటమంటే ఎంతో సరదా. మర్నాడు రాత్రి భోజనాలయ్యాక నా ముగ్గురు మనవలు నా దగ్గరకు చేరారు. ఈ సారి మాలూ "ఇంకొక కథ చెప్పవా నానమ్మా?" అంది. "ఏం కథ చెప్పను?" అని ఆలోచిస్తూండగా, " నిన్నటి లాగే ఈవేళ

కూడా, ఇక్కడ జరిగిన కథే చెప్పు నానమ్మా." అన్నాడు రవి. కాస్సేపు ఆలోచించి కథ చెప్పటం మొదలెట్టాను. ఇప్పుడు నేను చెప్ప బోయే కథ కూడా ఈ ఊళ్లోనే జరిగింది.

ఒకప్పుడు ఒక స్వామీజీ ఈ ఊరొచ్చి, ఊరి చివర ఉన్న రావి చెట్టు క్రింద ఉన్న ఒక చదునైన రాయి మీద పద్మాసనం వేసి కూర్చుని, ధ్యానం లో మునిగి పోయారు. ఈ విషయం, ఆ చెట్టుకు ఎదురుగా ఉన్న మైదానం లో ఆడుకుంటున్న పిల్లల ద్వారా ఈ ఊరి ప్రజలకు తెలిసింది. ఆయన కాషాయ దుస్తులు ధరించి ఉన్నారు. పొడవు చేతులతో వదులు గా ఉండి, పాదాలను తాకుతున్న ఒక లాల్చీ, భుజాల మీద ఒక కండువా అతని ముఖ్యమైన దుస్తులు. అతని మెడలో ఒక రుద్రాక్ష మాల ఉంది. స్వామీజీ ముఖం లో పారవశ్యం తో కూడిన తేజస్సు తోబాటు చిరునవ్వు తాండవిస్తున్నాయి. ముగ్గు బుట్టలా పండి పోయిన జుట్టు భుజాల్ని తాకుతుంటే... వెండిలా మెరిసి పోయిన గడ్డం అతని చాతి వరకూ వేలాడుతుంది. ఒక్క మాటలో చెప్పాలంటే ఆయన అచ్చమైన సాధువులా కనిపించారు. సాధారణంగా ఇటువంటి విశిష్ట వ్యక్తులు వచ్చినపుడు, గ్రామ పెద్దలు ఆ విశిష్ట వ్యక్తిని కలిసి ఆయనకు ఆతిథ్యమివ్వటం ఆనవాయితీగా వస్తున్నది. అందుచేత ఈ ఊరి పెద్దమనుషులు కొందరు, ఊళ్ళో చాటింపు వేయించి, ఆ సాయంకాలం స్వామీజీ ఉన్న రావి చెట్టు వద్ద, ఒక సభ ఏర్పాటు చేశారు. స్వామీజీ ప్రవచనాలు వినడానికి చాలా

మంది వచ్చారు. స్వామి వారి ఎదుట తాము తెచ్చిన పళ్ళు, కొబ్బరి నీళ్లు సమర్పించారు.

స్వామీజీ ఇంకా ధ్యానం లో ఉండటం గమనించి, ఆ ఊరి పెద్దల్లో ఒకరు, కల్పించుకుని, "స్వామీజీ! మీరు మా గ్రామానికి వచ్చినందుకు ధన్యవాదాలు. మా ఊరి ప్రజలు మీ కోసం తెచ్చిన ఫలహారం స్వీకరించి, వారికి మీ అమూల్యమైన సలహాలివ్వండి. వారందరూ మీ ప్రవచనాల కోసం ఇక్కడ వేచి ఉన్నారు" అని అడిగారు. స్వామీజీ మెల్లగా కన్నులు తెరిచి, గ్రామ ప్రజల వంక పరిశీలన గా చూశారు. ఒక అరటి పండు, కొంచెం కొబ్బరి నీళ్లు మాత్రమే సేవించారు.

స్వామీజీ మెల్లగా లేచి, సభ మధ్యకు మెల్లగా నడుచుకుంటూ వచ్చారు. నేను కూడా ఆ సభలో ఉన్నాను. సభలో అందరూ ఆయనికి నమస్కరిస్తుంటే ఆయన ప్రతి నమస్కారం చేస్తూ, మెల్లగా సభలో అందరినీ దగ్గరగా పర్యవేక్షించారు. అంతలో ఒక చంటి పాప బిగ్గరగా ఏడవడం మొదలుపెట్టింది. తల్లి ఎంత సముదాయించినా ఊరుకోలేదు. అప్పుడు స్వామి ఆ పాప దగ్గరకు వచ్చి, పాప తల పై చేతితో నిమిరారు. తక్షణమే ఆ పాప ఏడుపు ఆపేసింది. తన బిడ్డకు స్వామి ఆశీర్వాదం లభించిందని, సంతోషంతో ఆ పాప తల్లి ఆయనకు పాద నమస్కారం చేసింది. సభలో అందరూ మెచ్చుకోలుగా ఆ పాప వైపు తిరిగి చూశారు. ఈ సంఘటనతో

సభికులందరికీ స్వామీజీ పై గురి కుదిరింది. స్వామీజీ సభను నిశితంగా పర్యవేక్షించాక, తిరిగి వెళ్లి తన రాతి ఆసనం మీద కూర్చున్నారు.

వచ్చిన పెద్దల్లో ఒకరు "స్వామీజీ! మా గ్రామ ప్రజలకు మీ అమూల్యమైన ప్రవచనాలతో మార్గదర్శకం చేయండి" అని అడిగారు.

"మిత్రులారా! నాకు శ్రమలేకుండా మీరందరూ ఇక్కడ నాకు దర్శనమిచ్చినందుకు సంతోషం. నేను మీకు సందేశాలు ఇవ్వడానికని ఇక్కడకు రాలేదు. ముఖ్యంగా మీ అందరినీ చూసి పోదామని వచ్చాను. అందుచేత మిత్రులారా, మీకు సందేహాలేమైనా ఉంటే నన్ను అడగ వచ్చును. సమాధానాలు చెప్పడానికి ప్రయత్నిస్తాను" అన్నారు.

సభలో ఒక పెద్ద మనిషి లేచి, "స్వామీజీ మతాలన్నీ ప్రేమే దైవం అని బోధిస్తుండగా, మనుషుల మధ్య కక్షలు, కార్పణ్యాలు ఎక్కువవుతున్నాయి, ఎందువల్ల?" అని అడిగాడు.

"తమ తమ మతాలు, వర్గాల కోసం, మనుషులు... వారి మధ్య ఉండ వలసిన ప్రేమను ధ్వంసం చేసుకుంటున్నారు. ఆ పరిస్థితికి, స్వార్థపరత్వం, అహం మూల కారణాలైతే, భౌగోళిక, భౌతిక, మానసిక, సామాజిక, ఆర్థిక అసమానతలు మరికొన్ని కారణాలు. వాటిని కొంత వరకైనా అధిగమించాలంటే, ప్రతి వ్యక్తి లోనూ మానసికమైన పరివర్తన రావాలి" అని స్వామీజీ సమాధానమిచ్చారు. సభ లో చప్పట్లు వినిపించాయి. కొద్ది

క్షణాలు మౌనంగా గడిచాక, "ఈ సందర్భం లో మీకొక కథ చెబుతాను వినండి." అని స్వామీజీ అన్నారు. సభికులందరూ కథ వినడానికి ఆశక్తి తో ఎదురు చూస్తుండగా, స్వామీజీ చిరునవ్వు తో తమ ప్రసంగాన్ని ప్రారంభించారు.

"ఒక పల్లె యువతి, సంసార సాగరాన్ని ఈదలేక విసిగి వేసారి పోయింది. ఆ నేపధ్యం లో ఆత్మ హత్య తాలూకు ఆలోచనలు ఆమెలో చోటు చేసుకుంటున్నాయి. ఒక రోజున ఆమె పండ్లు కొనడానికని, బజారుకెళ్లింది. అక్కడ ఒక పండ్ల దుకాణం లో పండ్లు, తాజాగా కనపడ్డాయి. దుకాణ దారు ఒక స్త్రీ. ఆమె కొనుగోలుదారుల తో నవ్వుతూ, చలాకీ గా మాట్లాడుతూ, పండ్లు అమ్ముతున్నది. పల్లె యువతి పండ్ల దుకాణం దగ్గరకు వెళ్లి ఆ పండ్లమ్మే స్త్రీ ని దగ్గరగా చూసింది. ఆమె ఒక సాధారణ వీల్ చైర్ లో కూర్చుని ఉంది. ఆమెకు మోకాళ్ళ వరకు రెండు కాళ్ళు తీసివేయబడి ఉన్నాయి. కాళ్ళు లేని దురదృష్టవంతురాలైన ఒక ఆడది, జీవన భృతికై పండ్లు అమ్ముకుంటూ, అంత సంతోషంగా ఎలా ఉండగలుగుతున్నదోనని పల్లె యువతి ఆశ్చర్య పోయింది. తన ఆశ్చర్యాన్ని పండ్ల కొట్టమ్మి దగ్గర వ్యక్త పరిచింది. అది విని పండ్ల కొట్టమ్మి బిగ్గరగా నవ్వింది.

"నీకేంపండ్లు కావాలో తీసుకో. నేను కొట్టు కట్టేసే సమయం అయింది. నిన్ను నేను ఇంతకు ముందు ఎప్పుడూ చూడ లేదు. అయినా మంచి

దానివి లాగే కనిపిస్తున్నావు. మా ఇల్లు ఇక్కడకు దగ్గరే. నీ సందేహానికి జవాబు కావాలంటే నాతో మాఇంటికి రా. అక్కడ మనం తీరిగ్గా మాట్లాడుకోవచ్చు" అంది. చేతుల మీద పైకి లేచి, తన బడ్డీ కొట్టు కట్టేసింది. తర్వాత తన వీల్ చైర్ లోనికి మారి, చేతులతో వీల్ చైర్ చక్రం తిప్పుకుంటూ ముందుకు వెళ్తూ, ఆ పల్లె యువతిని, తన కూడా రమ్మంది. అది ఒక రేకు గుడిసె. వర్షపు నీరు లోపలి రాకుండా, దాని పై కప్పు అక్కడక్కడా ఎండు కొబ్బరి ఆకులతో కప్పబడి ఉంది. ఇద్దరూ గుడిసె లోపలికి వెళ్లారు. పల్లె యువతికి పండ్ల కొట్టమ్మి తన భర్తను, కొడుకుని పరిచయం చేసింది.

"నా భర్త కు పక్ష వాతం. పదమూడేళ్ల నా కొడుకు పుట్టుక తో గుడ్డి వాడు. ఒక సారి మా ఆయన నేను ఆటో రిక్షా లో వెళ్తూండగా, ప్రమాద వశాత్తు అది రోడ్డు ప్రక్క వాగులో పడిపోయింది. నా రెండు కాళ్ళు బాగా దెబ్బతిన్నాయి, మా ఆయన తల పగిలి, పెద్ద గాయమయింది. మా ఇద్దరం చనిపోవాల్సిన వాళ్ళం. కానీ ఏదో అదృశ్య శక్తి మాయిద్దరిని కాపాడింది. నాకు రెండు కాళ్ళూ తీసివేయాల్సిన పరిస్థితి వచ్చింది. తలకు తగిలిన గాయం వల్ల మా ఆయనకు పక్ష వాతం వచ్చింది. ఇప్పుడు మేమంతా అవిటి వాళ్ళం. అయినా మా మధ్య ఉన్న అనుబంధం, ఆప్యాయత, అవిటివి కాలేదు. మేము ముగ్గురం ఒకళ్ళకొకరు ఆసరా గా ఉన్నాం. మన విలువైన జీవితాలను దుఃఖం తోనూ, కన్నీటి తోనూ గడపటం లో అర్థం

ఏముంటుంది? అందుకే కష్టాలకు కృంగిపోకుండా, మేము మా జీవితాల్ని సంతోషం గా గడుపుతున్నాం" అని పల్లె యువతితో చెప్పింది. ఈ విషయాలు చెప్పుతున్నప్పుడు పండ్ల కొట్టమ్మి ముఖం లో ఏ విధమైన విషాద ఛాయలు కనపడలేదు.

బ్రతుకు బండిని ఈడ్చలేక, దుఃఖం తో కొట్టుమిట్టాడుతూ, బ్రతుకు మీద విరక్తి తో ఉన్న ఆపల్లె యువతికి పండ్ల కొట్టమ్మి జీవితం కనువిప్పు కలిగించింది. మన స్థితి గతుల తో సంబంధ లేకుండా, నిజమైన ఆనందం, మన ఆలోచనా పైఖరి లో ఉంటుందని ఆ పల్లె యువతి తెలుసుకుని పండ్లమ్మి కి కృతజ్ఞతలు తెలిపి, వాళ్ళ ఊరు పెళ్లి పోయింది. కనుక మనము మన ఆలోచనా పైఖరిని ఎప్పటికప్పుడు సంస్కరించుకుంటూ, సక్రమమైన మార్గం లో ఉంచుకోవాలని ఈ కథ మనకు చెపుతున్నది. ఈ నీతి సూత్రం మీకు అవగతమయిందని మీ ఉత్సాహమే సూచిస్తుంది." సభికులు బిగ్గరగా తప్పట్లు కొట్టారు. వారికి స్వామీజీ పట్ల మరింత గౌరవ భావం పెరిగింది. కొన్ని క్షణాలు, మౌనం గా గడిచాయి. స్వామీజీ తన ప్రసంగాన్ని తిరిగి ప్రారంభించాడు.

"ఈ గ్రామ పౌరులైన మీకు మరొక ముఖ్యమైన విషయం చెప్పి, నా ప్రసంగాన్ని ముగిస్తాను.

ఒకానొక పల్లె లోని ప్రాధమికోన్నత పాఠశాలలో, ఒక ఉపాధ్యాయుడు

ప్రమోషన్ మీద హెడ్ మాస్టర్ గా చేరాడు. అతనికి వెనుకా ముందూ ఎవ్వరూ లేరు. ఆయన ఆ స్కూలు బాధ్యతలు చేపట్టినప్పటినుంచీ, ఆ ఊరి ప్రజలు, తమ పిల్లలు చదువు లోను, క్రమశిక్షణ లోను సాధించిన అభివృద్ధిని గమనించి, ఆ ప్రధానోపాధ్యాయుణ్ణి ఎంతో ప్రేమ గా చూసే వారు. ఆయన కూడా విద్యార్థులకు, ఆటలలోను, సాంస్కృతిక కార్యక్రమాలలోను, ఇంకా యోగ, ధ్యాన ప్రాణాయామాల్లాంటి అనేక రంగాలలో తర్ఫీదు ఇచ్చి, వాళ్ళను బహుముఖ ప్రజ్ఞావంతులుగా, తీర్చి దిద్దే ప్రయత్నం చేశాడు. ఆ ఊరి ప్రజలతో మమేకమై, ఆ ఊరి వాళ్ళు ఎందుకైనా తనను సంప్రదిస్తే, తనకు తెలిసిన మేరకు సలహాలిస్తుండేవాడు. ఖాళీ సమయాల్లోనూ, సెలవు రోజుల్లోనూ, విద్యార్థులకు, వారి పాఠ్యాంశాల్లో వచ్చిన సందేహాలను తీరుస్తుండేవాడు. ఒక్క మాటలో చెప్పాలంటే, ఆ ప్రధానోపాధ్యాయునికి, విద్యార్థులన్నా, సహాధ్యాయులన్నా, ఆ ఊరి ప్రజలన్నా ఎంతో అభిమానం. ఆ ఊరి ప్రజలు కూడా అతనిని, ఆ ఊరి బిడ్డలాగా భావించి, గౌరవించి, ఆప్యాయంగా చూసేవారు.

ఆ ప్రధానోపాధ్యాయుని మనసు లో ఎప్పట్నుంచో, కొన్ని ప్రశ్నలు తారట్లాడుతూ ఉండేవి. ఆప్రశ్నలన్నిటికీ సమాధానాలు వెతుక్కునే క్రమంలో లౌకిక బంధాలు త్రెంచుకొని సన్యాసి గా మారాలని నిర్ణయించుకున్నాడు. ఒక రోజున తన ఉద్యోగానికి రాజీనామా చేసి, విద్యార్థులను, సహోపాధ్యాయుల్ని, ముఖ్యముగా తనపై ఎంతో ప్రేమ

చూపించిన ఆఊరి ప్రజలను దిగ్భ్రాంతి కి గురిచేసి, తన లక్ష్యం వైపు ప్రస్థానాన్ని ప్రారంభించాడు.

ముందుగా అనేక తీర్థ యాత్రలు చేశాడు. సత్యాన్వేషణ లో వివిధ మత పెద్దలతో సమావేశమయ్యాడు. హిమాలయ పర్వతాల ఒడిలో ఉన్న బద్రీనాద్ కు చేరుకున్నాడు. మంచుతో కప్పబడిన పర్వత సానువుల్లోనూ, అలకనంద నది వద్ద చాలా కాలం ధ్యాన సాధన చేశాడు. తర్వాత ప్రజల కష్ట సుఖాలను స్వయంగా అధ్యయనం చెయ్యాలని ప్రజల మధ్యకు వచ్చాడు. ఆ సన్యాసి ఎవరో ఊహించ గలరా?" స్వామీజీ ప్రజలను ఉద్దేశించి, ఈ ప్రశ్న అడిగారు. ఆ సభలో అందరూ ఆలోచనలో పడ్డారు. ముఖ్యంగా కొంత మంది పెద్ద వయసు వారు, తమ జ్ఞాపకాలను నెమరు వేసుకోవడం మొదలెట్టారు. కొందరు స్వామీజీ ప్రస్తావించిన సన్యాసి ఎవరో తెలియదన్నారు. కొందరు పెద్దలు మాత్రం చాలా సంవత్సరాల క్రితం, ఈ ఊరి స్కూల్ లోనే ఒక హెడ్ మాస్టర్ పని చేసేవారనీ, ఆయన చాలా కష్టపడి, స్కూల్ విద్యార్థులను చదువు లోనేకాక, అనేక రంగాల్లోనూ ప్రజ్ఞావంతులు గా తీర్చి దిద్దారని, ఆ రోజుల్లో వారి దగ్గర విద్యను అభ్యసించిన కొందరు, ఇప్పుడు మంచి స్థాయి లో స్థిరపడ్డారని, ఆ ప్రధానోపాధ్యాయుడిని 'బాలన్ మాష్టారు' అనే వాళ్లమని, ఆయనే మీరు ఉదహరించిన సన్యాసి అయి ఉంటారని స్వామీజీ కి వివరించారు. స్వామీజీ సభలో అందరి వైపు కృతజ్ఞతా భావం తో చూశారు.

"అవును. మీరు చెప్పినట్లు ఆ సన్యాసి, ఒకప్పుడు ఈఊరి ప్రాధమికోన్నత పాఠ శాలలో ప్రధానోపాధ్యాయునిగా పనిచేసిన బాలన్ మాస్టారే. అంతేకాదు, ఆ సన్యాసి ఎవరో కాదు, మీ ఎదుట స్వామీజీ గా కూర్చుని ఉన్న నేనే!" అని నవ్వుతూ, చాలా సంతోషంగా చెప్పారు.

సభలో చప్పట్లు మిన్నంటాయి.

సభకు నమస్కారం చేసి, బాలన్ స్వామీజీ ఇలా అన్నారు."మీ ఊరి ప్రజలు నాపై చూపించిన ఆదరాభిమానాలు వెల కట్టలేనివి. నేను ఏమిచ్చి మీ ఋణం తీర్చుకోగలను? ఎప్పట్నుంచో మిమ్మల్ని చూసి మీతో మాట్లాడాలని అనుకుంటున్నాను. అది ఇప్పటికి వీలయింది. మిమ్మల్నందరిని చూశాను. మీకు నేను చెప్పాలనుకున్న విషయాల గురించి ప్రస్తావించాను. నాకు చాలా సంతోషంగా ఉంది. నా సాధన శోధన ఇంకా పూర్తి కాలేదు. మీరు నాకు సెలవిస్తే, నా ప్రయాణాన్ని కొనసాగిస్తాను" అని స్వామీజీ లేచి నిలుచున్నారు.

"మీరు ఎక్కడికీ వెళ్లొద్దు స్వామీజీ. మీకు మాఊర్లో ఒక ఆశ్రమాన్ని ఏర్పాటు చేస్తాం. మీరు ఇక్కడే ఆ ఆశ్రమం లో ఉండిపోండి స్వామీజీ" అని సభికులు బిగ్గరగా నినాదాలు చేశారు.

మీరు ఒప్పుకోరని నాకు తెలుసు. దయచేసి నన్నాపకండి. ప్రాప్తముంటే మళ్ళీ మిమ్మల్ని కలుస్తాను. మీకు నాపై ఉన్న అభిమానానికి శత కోటి

వందనాలు." అని రెండు చేతులు జోడించి, నమస్కరిస్తూ ముందుకు సాగేరు.

సభలో "బాలన్ స్వామీజీ కి జై" అని నినాదాలు మార్మోగాయి.

సభికులలో చాలా మంది, స్వామీజీ ని ఆ ఊరి పొలిమేర వరకు, సాగనంపి, ఆయనకు మరొక్క సారి నమస్కరించి, వెనుదిరిగారు.

ఇంతటితో ఈ కథ అయిపోయిందని చెప్పి మా మనవల్ని నిద్ర పొమ్మన్నాను.

***

వీధిలో "సోది సెపుతానమ్మ సోది సెపుతాను. జరిగింది సెపుతాను, జరగబొయ్యేది సెపుతాను." అని ఎరుకల సాని కేక వినిపించింది..... నీల

***

మా అమ్మమ్మ ఒకొక్కసారి భయంకరమైన దెయ్యాల కథలు కూడా చెప్పేది. మధ్యలో రవి భయపడి కళ్ళు మూసుకునేవాడు. అలా అప్పుడప్పుడూ కథలు వింటూ, ఆడుకుంటూ చాలామట్టుకు మా దసరా సెలవులు సరదాగా గడిపేశాము.

దసరా సెలవుల అనంతరం కాలేజీ తిరిగి తెరిచే రోజు దగ్గర పడింది.

నేనింకా అమ్మమ్మ గారి ఇంటి దగ్గరే ఉన్నాను. త్వరలో మాఇంటికి వెళ్లి పోవాలి. ఈలోపున ఒక రోజు, నేను...మాలూ...రవి కలిసి, మా అమ్మమ్మ ను కటుర్ల లోనికి దింపాము. అంతలో వీధిలో ఒకామె "సోది సెపుతానమ్మ సోది సెపుతాను. జరిగింది సెపుతాను, జరగబొయ్యేది సెపుతాను. ఉన్నది ఉన్నట్టు సెపుతాను లేనిది లేనట్టు సెపుతాను, ఎరుక సెపుతానమ్మ ఎరుక సెపుతాను." అనే పిలుపు, రాగం తీస్తూ, పాడిన పాటలాగా వినిపించింది. ఆ పిలుపు విని మేము ముగ్గురం వీధి అరుగు మీదకు వెళ్లి, సోదెమ్మ ని చూసాం. ఆమె చంకలో ఒక తంబూరా ఉంది. సెత్తి మీద ఒక బుట్ట ఉంది. ఆమె నుదుటి మీద పెద్ద కుంకం బొట్టు, ముక్కున నత్తు, మెడలో వెండి కంటె, ముంజేతుల నిండా గాజులు, కాళ్లకు కడియాలు, పాదాల వరకు, కచ్చా పోసుకుని కట్టుకున్న ఎర్ర చీర తో, చూడ్డానికి, ఒక దేవతా రూపం లో ఉంది.

వాళ్ళ నాన్నమ్మ తో, "నానమ్మా! నాకు సోది చెప్పించవా?" అని అడిగింది మాలూ. "నీకెందుకే సోది, చిన్న పిల్లవి. నీల చెప్పించుకుంటానంటే, చెప్పిస్తాను." అంది.

పోనీ నీల వదినకే చెప్పించు" అంది మాలూ. నేను కూడా తల ఊపాను. అయితే "ఆ సోదెమ్మను పిలు" అంది అమ్మమ్మ. వెంటనే రవి పరుగెత్తికెళ్లి ఎరుకల సానిని ఇంటికి తీసుకుని వచ్చాడు.

ఎరుకల సాని హాల్లో బుట్ట దించుకుని, చాప మీద కూర్చుంది. ఆమె ఎదురుగా మేము కూర్చున్నాం. "ఎవరికమ్మా మీలో సోది చెప్పేది?" సోదెమ్మ అడిగింది.

"ఇదిగో, మా మనవరాలు నీలకి." అమ్మమ్మ చెప్పింది.

"తెలుసునమ్మ తెలుసు. సెప్పనక్కరలేదు. ఈ చిలక మీ అమ్మ నీలమ్మేనమ్మా." రాగం తీసుకుంటూ ఒక చెణుకు విసిరింది. దాంతో మా అమ్మమ్మ కు ఆ ఎరుకల సాని పై నమ్మకం కుదిరింది. ఎందుకంటే, అమ్మమ్మ వాళ్ళ అమ్మ పేరు నీలమ్మ. ఆ పేరే కొంచెం మార్చి నాకు పెట్టారట.

"నా కాడ అమ్మోర్లుండారు... దేవతలుండారు. ఆరికి బియ్యం, పసుపు, కుంకం పెట్టాలె తల్లీ" అని బుట్టలోంచి కొందరి దేవతల బొమ్మలు, నలు చదరంగా ఉండే చిన్న చాప కూడా తీసి, చాప పరిచి దానిపై బొమ్మలు పెట్టింది. ఈలోపున మాలూ వెళ్లి ఒక పళ్లెం లో బియ్యం, పసుపు, కుంకుమ తెచ్చింది. ఆ దేవతల బొమ్మలకు పసుపు, కుంకుమ బొట్లు పెట్టి, బియ్యం పళ్లెం ఆ బొమ్మలకెదురుగా పెట్టింది, సోదెమ్మ.

బుట్ట లోనించి ఒక మంత్ర దండం లాంటి కర్ర తీసి, రెండో చివర నన్ను పట్టుకొమ్మంది. దేవతల చుట్టూ నాచేతిని తిప్పింది, ఈసారి మంత్ర

దండాన్ని నా నుదిటి కి తాకించి, మళ్ళీ తన నుదుటికి తాకించుకుని, కళ్ళు మూసుకుంది. మంత్రం దండం ప్రక్కన పెట్టి, తంబురా వాయిస్తూ....

"ఆఁ... మధుర మీనాక్షి పలుకు..., బెజవాడ కనుక దుర్గమ్మ పలుకు..., కంచి కామాక్షి పలుకు..., కలకత్తా కాళీ పలుకు..., అంబ పలుకు, జగదాంబా పలుకు... అమ్మోరు నినుజూసి, నమ్ము ఓ ...బిడ్డా, తన వాక్కు నాకిచ్చి పల్కమంటది బిడ్డ. అమ్మోరు వాక్కులే నేబలుకుతాను".

నా అర చేతిని, నా నుదిటిని మంత్ర దండం తో తాకిస్తూ "ఓచిన్ని నీలమ్మ, చిట్టి నీలమ్మ... మీ పెద్ద నీలమ్మను... నువుజూడలేదు, ఏడేడు లోకాలకెళ్ళిపోయిుండాది. అక్కడుండే నిన్ను దీవించుతున్నాది. బహు దొడ్డ జాతకం, బెమ్మ రాసిండు. చదువులన్నీ నీకు సక్కంగా వత్తాయి. చెలిమికత్తెలు నీకు చేరువౌతుంటారు. జాలి గుండె నీది జాగరతగుండమ్మ, కట్టమొత్తె, నువ్వు కంపించి పోతావు. మంచి గుంటడు నిన్ను మనువాడుతాడు. ఉన్న పలుకే గాని వేరొండు గాదు. గండమొక్కటి నిన్ను కాచుకుని ఉన్నాది. జాగరత తో నువ్వు మసులుకున్నావంటే, వెఱపు లేదే తల్లి... జడవమాకే బిడ్డ. అమ్మోరుకిచ్చేటి కానుకలు అన్నీ. ఇచ్చుకుంటే వెతలు మటుమాయమౌతాయి" అని ముగించింది. అమ్మమ్మ లోపలి నుండి కొంతడబ్బు తెచ్చి పళ్లెం లో పెట్టింది. మంత్ర దండం తో ఆ డబ్బును దేవతలకు కైంకర్యం చేసి, సంచిలో పెట్టుకుని, తన

వస్తువులు, బియ్యము, బుట్టలో వేసుకుని, "నీ కాడికి మళ్ళీ వత్తానే బిడ్డ. అప్పుడు నాకు మంచి బట్టలెట్టాల. పెద్దమ్మకు దండాలు పిల్లలకు దీవెనలు. దేవతలు మీ అందరికి మంచి సేస్తారు." అని చెప్పి వెళ్ళిపోయింది. అప్పుడు ఎరుకల సాని చెప్పిన విషయాలు సరదాగా తీసుకున్నానే గాని, అంతగా పట్టించుకోలేదు.

తర్వాత బజారుకు వెళ్లిన మా అత్తయ్య తిరిగి వచ్చేసింది. మావయ్య కూడా ఆ మర్నాడు క్యాంపు నుండి వచ్చేశారు. దసరా సెలవులు అయిపోవస్తున్నాయి. మానాన్న గారు నన్ను తిరిగి మా వూరు వచ్చెయ్యమని కబురు పెట్టారు. అమ్మమ్మ మావయ్య అత్తయ్యల తో చెప్పి, వాళ్ళ ఆశీస్సులు తీసుకుని, నేను మా ఊరికి బయలుదేరాను. కొంచెం ఆగమని చెప్పి, అమ్మమ్మ లోనికి వెళ్లి, నీలన్ తో తయారు చేయించి, రాధ తనకు ఇచ్చిన మురళిని నాకు బహుమతి గా ఇచ్చింది. నా పెళ్ళయాక ఆ మురళినే నా కూడా అమెరికా తెచ్చుకున్నాను. అప్పుడప్పుడూ దాంతో వాయించటం ప్రాక్టీస్ చేసేదాన్ని కూడా.

నేను మా ఊరికి వెళ్లిపోతుంటే, మాలూ, రవి బిక్క ముఖాలు వేశారు. నన్ను బస్సు ఎక్కించడానికి వచ్చిన మావయ్య తో వాళ్లిద్దరూ వచ్చి, నాకు బై చెప్పారు.

మా ఇంటికెళ్లిన మర్నాడు ఆకాశం మేఘావృతమైంది. కారుమబ్బులు

చుట్టూతా క్రమ్ముకున్నాయి. ప్రభుత్వం వారు తీవ్ర తుఫాను హెచ్చరికలు చేశారు. వారు సూచించినట్టుగానే, రెండు రోజులపాటు, విపరీతమైన గాలి వానల తో, మా ఊరితోబాటు మా చుట్టు ప్రక్కల ఉన్న ఊళ్లన్నీ జలమయమయ్యాయి. చెట్లు పడిపోయాయి. రోడ్లు పాడై పోయాయి. పురాణ కట్టడాలు కొన్ని కూలిపోయాయి. వాగులు, వంకలు, చెరువులు నిండిపోయాయి. కాలేజీ నామమాత్రంగా తెరిచి, తుఫాను కారణంగా వాన తగ్గేవరకూ మూసేశారు. మళ్ళీ కాలేజీ తెరిచే సరికి, వారం రోజులు పట్టింది.

మా ఊరి నుండి కాలేజీ కి వెళ్ళడానికి, ఉదయం ఏడు గంటలకి ఒక బస్సు, పది గంటలకు ఒక బస్సు ఉంది. నేను మా క్లాస్ మేట్లు అంతా, ఏడు గంటల బస్సుకు బయల్దేరి వెళ్తాం. బస్సు మీద కాలేజీ కి వెళ్ళడానికి షుమారు నలభై నిముషాలు పడుతుంది.

కాలేజీ తెరిచిన నాడు కూడా కొంచెం వర్షముంది. కొంచెం లేటయినా, వర్షం పూర్తిగా తగ్గిన తర్వాత, ఉదయం పది గంటల బస్సు కి వెళదామని నిర్ణయించుకున్నాను.

పదిగంటల బస్సు అందుకోడానికి, ఇంటి దగ్గర ముందుగానే బయల్దేరి బస్సు స్టాండ్ కు వెళ్లాను. అక్కడ నాకు ఓ పిడుగు లాంటి వార్త తెలిసింది. ఉదయం ఏడు గంటల బస్సు ప్రమాద వశాత్తూ, వర్షాలతో రోడ్డు పాడవడం వల్ల, అదుపు తప్పి రోడ్డు ప్రక్కనున్న కాలవలో పడిపోయిందని... డ్రైవరు

తోబాటు నలుగురు ప్రయాణీకులు అక్కడికక్కడే చనిపోయారని... మిగతా ప్రయాణీకులలో కొందరికి గాయాలయ్యాయని... వాళ్ళందరిని, మెడికల్ కాలేజీ హాస్పిటల్ లో చేర్చారని తెలిసింది. చనిపోయిన వ్యక్తుల పేర్లు నోటీసు బోర్డు లో పెట్టారు. వారిలో నా ముఖ్య స్నేహితురాలు, కాలేజీ లో నాకు సీనియర్ అయిన, ఫాతిమా పేరు కూడా ఉంది. కళ్ళు తిరిగి అక్కడ ఒక బెంచీ మీద కూర్చుండి పోయాను. నాకు తెలిసిన ఒక వ్యక్తి సాయం తో ఆటో లో ఇంటికి చేరాను. కొంచెం తేరుకున్న తర్వాత మా నాన్న గారిని తీసుకుని హాస్పిటల్ కు వెళ్లి, కన్నీటి తో ఫాతిమా కు అంతిమ వీడ్కోలు ఇచ్చాను.

అప్పుడు... ఎరుకల సాని, నాకు గండం పొంచి ఉందని హెచ్చరించటం, నేను ఏడు గంటల బస్సుకు వెళ్లకుండా ఉండటం, మరి కొందరికి ప్రమాదం సంభవించటం... ఇప్పుడు ఫార్మర్స్ మార్కెట్ లో కూరగాయలు అమ్మే ఒక స్త్రీ, నాకొక గండం తప్పింది అని చెప్పటం... ఇదంతా యాదృచ్ఛికమా? ముందే నిర్ణయింపబడి ఉందా? లేక వాళ్లిద్దరూ నాతో మైండ్ గేమ్ ఆడేరా? నా మనసు లో ఇటువంటి పశ్నలు తలెత్తాయి.

***

7

వాలంటీర్ గా హాస్పిటల్ లో చేరి, డాక్టర్ లు, నర్సులు, హాస్పిటల్ స్టాఫ్ ద్వారానే కాకుండా, పేషెంట్ ల వద్ద నుండి కూడా చాలా విషయాలు నేర్చుకున్నాను..... నీల

***

మా ఫామిలీ ఫ్రెండ్, కమల... యూనివర్సిటీ హాస్పిటల్ లో రెసిడెన్సీ ఫైనల్ ఇయర్ లో ఉంది. అవకాశం ఉన్నప్పుడల్లా, మేమిద్దరం మనసు విప్పి, మాట్లాడుకునేవాళ్ళం. ఆమెకు తెలుసు, అశోక్ ఆఫీస్ కు వెళ్ళినపుడు, నేను ఇంట్లో ఒంటరిగా ఉండటం వల్ల నాకు ఏమీ తోచటం లేదని. ఖాళీగా ఉండకుండా, హెల్త్ కేర్ లో ఏదైనా జాబ్ కోసం ప్రయత్నించమని సలహా ఇచ్చింది.

"అమ్మో హెల్త్ కేర్ అంటే నాకు భయం. రక్తాన్ని చూస్తే నేను వణికి పోతాను" అన్నాను.

"అదికాదు నీలా! నీ బంధువులకెవరికైనా గాయమైతే నువ్వు పారిపోతావా? నువ్వు వాళ్లకి కావాల్సిన సహాయం చేయవా?" అని కమల అడిగింది.

"ఎందుకు చెయ్యను, తప్పకుండా చేతనైన సహాయం చేస్తాను" అన్నాను.

"అలాగే అనుకో ఇదీను. నీలా! మొదట్లో నేనూ నీలాగే భయపడే దాన్ని. భయ పడితే మనం ముందుకు సాగలేం. అలాగని, అనాలోచితంగా కళ్ళు మూసుకుని ముందుకు దూకమని నేను చెప్పను. రక్తం తో తడిసి, కొన ప్రాణం తో ఉన్న వ్యాధిగ్రస్తుడు ఎమర్జెన్సీ వార్డ్ లో చేరాడనుకో, అప్పుడు, ఆ వ్యక్తికి సేవ చెయ్యటమే నా ప్రధమ కర్తవ్యం అని నా మనసులో అనుకుంటాను. అప్పుడు ఏ భయం నా దగ్గరకు రాదు" అని చెప్పింది. కమల చెప్పిన విషయం నా మనసులో నాటుకుంది. అశోక్ తో ఆలోచించి కమల సహాయం తో, హెల్త్ కేర్ లో అనుభవం సంపాదించడం కోసమని, యూనివర్సిటీ హాస్పిటల్ లో వాలంటీర్ గా చేరాను.

మొదట్లో నాకు కొత్తనిపించినా, రాను రాను నాకు వాలంటీర్ వర్క్, చాలా సంతోషాన్నిచ్చింది. పేషెంట్ల తో ఆప్యాయంగా మాట్లాడి, వాళ్ళ అభిమానాన్ని సంపాదించాను. హాస్పిటల్ సిబ్బంది, డాక్టర్లు కూడా, వాళ్లకు నేను సహాయకారిగా ఉండడం వల్ల, నన్ను అభిమానంగా చూసేవారు. వాలంటీర్లకు, ఒక కోఆర్డినేటర్ ఉంటాడు. ఆయన నన్ను అప్పుడప్పుడు, కొన్ని ముఖ్యమైన డిపార్టుమెంట్లకు మార్చే వాడు. అందువల్ల నాకు ఆయా డిపార్టుమెంట్ల మీద కొంత అవగాహన కలిగేది. అనేక రోగుల మధ్య మెలగటం వల్ల రోగుల మూలుగులు వినడానికి, రక్తం కారుతున్న వాళ్ళ గాయాలు చూడ్డానికి అలవాటు పడిపోయాను. ఎన్నో క్రొత్త విషయాలు నేర్చుకున్నాను. ఎమర్జెన్సీ చికిత్స అవసరమై, ప్రాణాలు పోయే స్థితిలో

వచ్చిన రోగుల కు ఒక్క క్షణం కూడా అలసత్వం వహించకుండా చికిత్స చేసి, వాళ్ళ ప్రాణాలు నిలబెట్టటం లో డాక్టర్లు హాస్పిటల్ సిబ్బంది చేసే కృషి నన్ను ఆశ్చర్య పరచింది. వాలంటీర్ గా, బ్రెయిన్ సర్జరీ, ఓపెన్ హార్ట్ సర్జరీ లాంటి అతి క్లిష్టమైన ఆపరేషన్లు జరిగినపుడు, పేషెంట్ల దగ్గర ఉండి, అక్కడ డాక్టర్లకు మెడికల్ స్టాఫ్ కి, కావలసిన సహాయం చేస్తూ ఉండే దాన్ని. అంతే కాకుండా పేషెంట్స్ కి కావలసిన సదుపాయాలు సమకూర్చేదాన్ని. నాకు కేటాయించిన పనులు చేయటం లో నేను ఎప్పుడూ అలసత్వం వహించలేదు. నాకు ఏదైనా కారణం చేత మనస్తాపం కలిగితే, మనసు లోనే "ఓర్పు... ఓర్పు... ఓర్పు..." అనుకుని మనసును నా చెప్పు చేతల్లో పెట్టుకునేదాన్ని. ఒక్కొక్క సారి ఒంటరి గా ఉన్న పేషెంట్లు తమను పట్టించుకునే బంధువులుగాని సన్నిహితులు గాని లేనపుడు, వాళ్ళు తమకున్న రుగ్మత కంటే, తమ ఒంటరితనానికి ఎక్కువగా బాధ పడేవారు. అటువంటి వారితో కొంత సమయం గడిపి వారు తమ కష్టాల గురించి చెపుతుంటే ఓపిగ్గా విని, వారికి కొంత ఊరట కలిగించే దాన్ని.

ఒక రోజున నేను హాస్పిటల్ పని పూర్తయయిన తర్వాత, ఇంటికి బయలుదేరి, బేబీ నర్సరీ రూమ్ దగ్గర ఆగాను. అక్కడ బేబీ క్రిబ్ [తొట్టి ఊయల] లో పడుకుని ఉన్న పసి పాపలను, గ్లాసు కిటికీ లోంచి చూశాను. ఆ నర్సరీ లోని పసికందుల ఆలనా పాలనా చూసే 'జాన్సన్' మేడమ్ నన్ను చూసి లోపలికి పిలిచింది. ఎప్పుడూ చలాకీగా నవ్వుతూ

ఉండే నేను కొంచెం నీరసంగా కనిపించే సరికి, "నీలా! నీకేమయింది, ఈవాళ నీరసంగా కనిపిస్తున్నావు?" అని అడిగింది.

"ఏమీ లేదు మేడం. నేను బాగానే ఉన్నాను. కొంచెం తలనొప్పిగా ఉంది, అంతే. నేను ఆ తొట్టి ఊయల లోని పసి పాపలను చూస్తున్నాను, ఎంత బావున్నారో కదా?" అన్నాను.

"లోపలి కి రా" అని నా భుజం మీద చెయ్యి వేసి, లోపలికి తీసుకెళ్లింది. ఆమె కూర్చుని నన్ను కూడా కూర్చోమంది.

"నీకు పిల్లలెంత మంది" అని అడిగింది. నేను కొంచెం అవాక్కయ్యాను.

"ఇంకా సంతానం కలగలేదు" అని చెప్పాను. నా ముఖం లో అనాలోచితంగా విషాద ఛాయలు క్రమ్ముకున్నాయి. జాన్సన్ మేడం నన్ను గమనించింది. నాకు ఇంకా సంతానం కలగలేదని, నేను బాధ పడుతున్నట్లు జాన్సన్ మేడం ముందుగానే గ్రహించింది.

"దానికేముంది, సంతానం కలగడానికి నీకింకా కావాల్సినంత వయసుంది." జాన్సన్ మేడం నన్ను సముదాయించాలని ప్రయత్నిస్తున్నట్లు నాకు అర్థమయింది. జాన్సన్ మేడం, తన కుటుంబ విషయాలు నాతో చెప్పడం మొదలు పెట్టింది.

"నేను నీకు జాన్సన్ మేడమ్ గానే తెలుసు. నా పూర్తి పేరు 'మాగీ జాన్సన్'. నేను నీలాగే వాలంటీర్ గా ఉండేదాన్ని. నాకు ఇద్దరు ఆడ

పిల్లలు. కవలలు గా పుట్టి, పెరిగి, కాలేజీ చదువుల వరకు వచ్చారు. క్రిస్టమస్ సెలవుల తర్వాత, మా వారు మా ఇద్దరమ్మాయిలను, కారులో స్కూల్ వద్ద డ్రాప్ చెయ్యడానికి వెళ్లారు. రోడ్ మీద సన్నని మంచుపొర ఏర్పడటంవల్ల, దాని ఉపరితలం నీరుగా మారి కారు వెనక్కు జారి, వెనకాలే వస్తున్న ఒక గ్యాస్ ట్యాంకర్ ని గుద్దేసింది. టాంకర్ వేగముగా వస్తూండటం వల్ల, కారులో ఉన్నవాళ్ళతో సహా కారు నుజ్జు నుజ్జు అయిపోయింది.

కారు లో ఉన్న మా ఆయన, మా ఇద్దరు పిల్లలు అక్కడికక్కడే చనిపోయారు." మేడం నిట్టూర్పు విడిచారు. పాత జ్ఞాపకాల నుంచి కొంచెం కోలుకుని, మళ్ళీ చెప్ప సాగేరు.

"మా వారు, పిల్లలు నాతో లేక పోవటంతో ఎనలేని దుఃఖానికి, ఒంటరితనానికి లోనయ్యాను. అందరూ ఉన్నప్పుడు మా అండ దండలు పొందిన వాళ్ళే నన్ను ఒంటరి దాన్ని చేసి కనుమరుగయ్యారు. ఒక్కొక్క సారి, నా ఈ పరిస్థితిని భరించ లేక ఆత్మహత్య ఒక్కటే శరణ్యము అనుకునేదాన్ని. కానీ ఏదో శక్తి నన్ను ఆవహించినట్లు, అటువంటి ఆలోచనలు నాలో చొరబడినపుడల్లా నాలో నేను ఈ జీవన సమరంలో ఓడిపోను. నా మనస్తాపాన్ని, నిస్సహాయుల సేవలో మరచిపోతాను. వాళ్ళ సంతోషం లో నా ఆనందాన్ని వెతుక్కుంటాను" అని అనుకునే

దాన్ని. ఒక రోజు ఈ నర్సరీ రూమ్ ప్రక్క వరండా నుంచి, హాస్పిటల్ లో అడ్మిట్ అయిన ఒక స్నేహితురాలిని చూడ్డానికి వెళ్తూ, దేవతా మూర్తుల్లాంటి ఇక్కడి పసిపిల్లల్ని చూశాను. నా అడుగు ముందుకు పడలేదు. మా అమ్మాయిలు, మావారు గుర్తుకొచ్చారు. మరుజన్మ అంటూ ఉంటే, ఆ ముగ్గురు ఈపాటికి ఎక్కడో పసి బిడ్డలు గా పుట్టి పెరుగుతూ ఉంటారు. అందుకేనేమో నాకు పసిబిడ్డలంటే అమితమైన ప్రేమ." మాగీ జాన్సన్ మేడం ఒకసారి నావంక చూసింది. ఆమె కళ్ళల్లో పాత జ్ఞాపకాల ఛాయలు కనిపించాయి. కానీ అంతట్లోకే తేరుకుని, తిరిగి మేడం వేదాంత ధోరణి లో చెప్ప సాగించింది.

"చూడు నీలా! జీవితం అనేది చాలా విలువైన కానుక. దాని ప్రస్థానం శాశ్వతం కాదు. కొంత కాలమే సాగుతుంది. దాన్ని దుఃఖమయం చేసుకోవడం లో అర్థం లేదు. మన మనసు లో దుఃఖానికి తావివ్వకూడదు. నేను కొన్ని నియో నటల్ కేర్ సెంటర్ల [నాలుగు వారాల లోపు ప్రాయమున్న శిశువులను సాకే కేంద్రాల] లో వాలంటీర్ గా సేవ చేశాను.

అది నా బాధ్యత గా భావించాను. ఆ కొద్ది రోజుల ఆలన పాలన, పసిపిల్లలను సురక్షితంగా ఉంచుతుంది. నియో నటల్ కేర్ లో నా అనుభవాలు అందరికి అందుబాటు లోనికి తేవడం కోసం, నేనొక వెబ్ సైట్ ప్రారంభించాను. పసి పిల్లలను భద్రం గా ఎలా సాకాలి అనే అంశం మీద

సలహాలు సూచనలు అందులో పొందు పరిచాను. నెటిజెన్ ల ప్రశ్నలకు సమాధానాలివ్వడం ఒక వ్యాపకంగా పెట్టుకున్నాను. వారితో నా అనుభవాలను పంచు కుంటున్నాను. ఇంకొక విషయం , అనుకోని ప్రమాదం సంభవించినపుడు మానసికంగా ఎలా నిలద్రొక్కుకొని ముందుకు సాగాలో, ఆ వెబ్ సైట్ లో వివరించాను.

నీలా! సుఖ దుఃఖాలకు సూత్ర ధారి మన మనసే. దాన్ని మన చెప్పు చేతల్లో ఉంచుకోవటమే మనం చెయ్యాల్సిన పని. ఇదే నేను చెప్పదలుచుకున్నది. ఎక్కడికో వెళ్తున్నట్టున్నావు. మళ్ళీ కలుద్దాం గుడ్ లక్" అని చెప్పి ఏదో పని మీద వెళ్ళింది.

మాగీ జాన్సన్ చెప్పిన విషయాలు నాలోని సేవాభావాన్ని మరింత ప్రభావితం చేశాయి.

నేను వాలంటీర్ గా చేరి షుమారు నెల అయింది. నా డ్యూటీ అయింతర్వాత, ఇంటికి వెళదామని కారు దగ్గరకు వెళ్తూండగా, నర్సు యూనిఫామ్ లో ఉన్న ఒకామె కనిపించింది. ఆమె ఇండియా నుండి వచ్చిన వ్యక్తి లాగ ఉంది. పరిచయం చేసుకుందామని, "హలో" అని పిలిచాను. కానీ ఆమె స్పందించకుండా కారెక్కి వెళ్ళిపోయింది. నా పిలుపు ఆమెకు తప్పని సరిగా వినిపించి ఉండాలి. అయినా సరే ఆమె తిరిగి చూడకుండా వెళ్లిపోయిందంటే నాకు ఆశ్చర్యం వేసింది.

ఆ తర్వాత వారం, ఆమెను కేఫెటీరియా లో ఒక టేబుల్ దగ్గర కూర్చుని, టిఫిన్ చేస్తుండగా చూశాను. ఆమెకు ఎదురుగా ఒక ఖాళీ సీట్ ఉంటే, నేను అక్కడకు వెళ్లి, ఆమెకు నన్ను నేను పరిచయం చేసుకుని, కూర్చున్నాను. ఆమె యూనిఫామ్ కు 'నీనా ఫిలిప్ ఆర్. ఎన్.' అని వ్రాసి ఉన్న గుర్తింపు కార్డు ప్రేలాడుతుంది. ఒక తోటి ఇండియన్ తనను పలకరించినప్పుడు ఉండే స్పందన ఆమెలో కొంచెమైనా నాకు కనపడ లేదు. నేను ఆమెతో మాట కలుపుదామని ప్రయత్నించినా ముక్తసరిగా జవాబు చెప్పిందే తప్ప, ఆశించినంత స్పందన లేదు. నీనా త్వరగా టిఫిన్ చేసి, తర్వాత కలుస్తాను అని చెప్పి, వెళ్ళిపోయింది.

కొన్ని వారాలు గడిచి పోయాయి. నేను, అశోక్ తోబాటు ఆదివారం మధ్యాహ్నం ఒక మాల్ కు వెళ్ళినపుడు, అక్కడ నీనాని చూశాను. దూరంగా ఉన్న నీనా మమ్మల్ని చూసి, వేగంగా నావద్దకు వచ్చింది. నీనా వెనక, ఆమె భర్త, ఇద్దరు పిల్లలు, మావద్దకు వచ్చారు. ఇన్నాళ్లూ నాకు ముఖం చాటేసిన ఆమెలో సడన్ గా వచ్చిన ఈ మార్పు కి నాకు ఆశ్చర్యం వేసింది. నీనా, తన భర్తను , పిల్లల్ని పరిచయం చేసింది.

"నీలా! వీరు నా భర్త ఫిలిప్. వీళ్ళిద్దరూ మా పిల్లలు. క్రితం వారం ఇండియా నుంచి వచ్చారు."

"చాలా సంతోషం." అని అశోక్ ని పరిచయం చేశాను. ఒకళ్ళనొకళ్ళు గ్రీట్

చేసుకున్నాం.

"సారీ నీలా. మీతో హాస్పిటల్ లో ఎంతోసేపు గడపలేక పోయాను. అప్పుడు నేనొక సమస్య వల్ల ఆందోళన తో ఉన్నాను." అపార్థం చేసుకోవద్దన్నట్టుగా అన్నది, నీనా.

"దానిదేముంది. మిమ్మల్ని మళ్ళీ కలుసుకున్నందుకు సంతోషం గా ఉంది. ఇప్పుడు మీ ఫామిలీ కూడా మీతో ఉన్నారు. ఇకముందు ఆందోళనలేమీ ఉండవు" అని నేను సముదాయించాను.

అశోక్, ఫిలిప్ ఇద్దరూ ఏవేవో ఇండియా సంగతులు మాట్లాడుకున్నారు. తర్వాత నీనా, వాళ్ళు మాకు బై చెప్పి వెళ్లిపోయారు.

ఒక రోజు నీనా కు, నాకు కూడా కొంచెం ఖాళీ సమయం దొరకడంతో హాస్పిటల్ లో ఒకచోట మేమిద్దరం కలిసాం. నీనా, తాను యూ.ఎస్.ఏ. వచ్చాక జరిగిన విషయాల గురించి చెప్ప సాగింది.

"రెండు నెలల క్రితం, నేను ఈ హాస్పిటల్ లో చేరాను. అంతకు పూర్వం, కేలిఫోర్నియా లో ఉన్నాను. అక్కడ నా యూ.ఎస్.ఏ. ఇమ్మిగ్రేషన్ కి సహాయం చేసి, నన్ను నర్సు గా రిక్రూట్ చేసుకున్న వ్యక్తి, యూ.ఎస్.ఏ. వచ్చాక, నన్ను ఒక బానిస లా చూశాడు. నేను ఇక్కడికి గ్రీన్ కార్డు స్టేటస్ తో వచ్చాను. ఈ దేశం లో... నర్సింగ్ కోర్సు లో ఉత్తీర్ణులై, కొంత అనుభవం ఉన్న నర్సుల కొరత ఉండటం వల్ల, యూ.ఎస్.ఏ. గవర్నమెంట్ ఈ

వెసులుబాటు కల్పించింది. నాకు మంచి శాలరీ మరియు ఇతర సౌకర్యాల తో సహా, పేరున్న హాస్పిటల్ లో జాబ్ ఏర్పాటు చేస్తున్నట్టు, రిక్రూటర్ ప్రామిస్ చేశాడు. అతను, నా వద్ద వీసాకని, ఎయిర్ టిక్కెట్లకని, ఇక్కడ నర్సింగ్ జాబ్ ఏర్పాటు చేయడానికని, ఇంకా ఏవేవో సర్వీసులకని ఇండియా ఏజెంట్ ద్వారా నాదగ్గర చాలా డబ్బు తీసుకున్నాడు. మా రిక్రూటర్ పేరు సికందర్. అతను నన్ను ముందు వచ్చెయ్యమని, నా భర్త, పిల్లలు తర్వాత రావొచ్చునని చెప్పాడు.

నేను యూ.స్.ఏ. వచ్చాక, సికందర్ కి, ట్రావెల్ ఏజెన్సీ, రెస్టారెంట్, ఇంకా మరికొన్ని వ్యాపారాలు ఉన్నాయని తెలిసింది. నాకు నర్సు ఉద్యోగం దొరికే వరకు, అతని కంపెనీల్లో నేను ఏదో ఒక పని తప్పనిసరిగా చెయ్యాలని, ఒక వేళ ఏ కారణం చేతనైనా ఈ ఒప్పందానికి కట్టుబడి ఉండక పోతే, హ్యూజ్ అమౌంట్ పే చెయ్యాలని, నాతో కొన్ని కాంట్రాక్టు ల మీద సంతకాలు కూడా చేయించుకున్నాడు. తన ట్రావెల్ ఏజెన్సీ ఆఫీస్ వెనక చిన్న రూమ్ ఉంటే, దాల్లోనే నన్ను ఉండమన్నాడు. పొద్దుట్నించి, సాయంకాలం వరకు ఆ ట్రావెల్ ఆఫీస్ లోనే పనిచెయ్యమన్నాడు. నాకు వాళ్ళింట్లో మిగిలిపోయిన ఆహార పదార్థాలు తెచ్చి తినమనే వాడు. నేను నా ఫామిలీ మెంబర్ల తో మాట్లాడేందుకు వీలు లేకుండా, ఆఫీస్ ఫోన్ లో ఇంటర్నేషనల్ కాలింగ్ ఫెసిలిటీ ని లాక్ చేసి ఉంచేవాడు. నేను చేసే లోకల్ కాల్సుని కూడా మానిటర్ చేసేవాడు. అప్పుడప్పుడు సికందర్ భార్య

నన్ను వాళ్ళింటికి తీసుకెళ్లి ఇల్లు శుభ్రం చెయ్యడం, పాత్రలు కడగటం, బట్టలు ఉతకటం, వంటలు చెయ్యటం వంటి పనులు చేయించేది. ఇలా ఒక నెల రోజులు గడిచాయి. తర్వాత సికందర్, ఒక నర్సింగ్ హోమ్ లో నన్నొక టెంపరరీ జాబ్ లో చేర్చాడు. నాకు వచ్చే జీతం లో ఎక్కువ భాగం తాను తీసుకుని, అతి తక్కువ భాగం మాత్రం కేష్ రూపం లో నాకిచ్చేవాడు. నాతోబాటు వచ్చిన మిగతా నర్సుల గురించి గాని, వారికొచ్చే పే గురించి గాని అడిగితే, నా మీద చాలా సీరియస్ అయిపోయేవాడు. నేను మళ్ళీ వారిగురించి, ఏ విషయాలు, అడగలేదు. తన ఏజెన్సీ ద్వారా నా సర్వీసెస్ ఆఫర్ చేసి అతను పెద్ద మొత్తం కైవసం చేసుకున్నా, నాకు మాత్రం అర కొర జీతమిచ్చి నాచేత పని చేయించుకున్నాడు. కాంట్రాక్టు ప్రకారం తన ఏజెన్సీ ద్వారా అయిదు సంవత్సరాలు పనిచేయక పొతే, మా ఫామిలీ వీసా రద్దు చేయిస్తానని బెదిరించే వాడు.

అలా అతని దగ్గర ఎనిమిది నెలలు సరైన వేతనం లేకుండానే పని చేశాను. ఇలా ఎన్నాళ్ళు కంటిన్యూ చెయ్యాలో తెలియక భయపడ్డాను. ధైర్యంచేసి ఈ విషయాలన్నీ నాతో పనిచేస్తున్న నాన్సీ అనే మరో సీనియర్ నర్సు కు చెప్పాను. నాన్సీ తన భర్త సాయం తో, మినియాపోలిస్ లో ఇప్పుడు నేను చేస్తున్న జాబ్ లో చేరడానికి అన్ని ఏర్పాట్లు చేసింది. అంతే కాకుండా, కేలిఫోర్నియా లో నేను చిక్కుకుపోయిన ఈ కొత్త రకం బానిసత్వం నుంచి తప్పించుకుని, నేను ఇక్కడికి వచ్చి స్థిర పడటానికి

కావలసిన సహాయమంతా చేసింది. నాన్సీ, ఆమె భర్త చేసిన సహాయానికి, వారికి నేనెంతో రుణపడి ఉంటాను. ఇక్కడికి వచ్చానన్న మాటేగాని, సికందర్ కక్ష తీర్చుకునే ప్రయత్నం చేస్తాడేమోనని భయంగా ఉంది" అనిచెప్పి నీనా ఫిలిప్ పెద్ద నిట్టూర్పు విడిచింది. తర్వాత ఇద్దరం... మా విధి నిర్వహణకు వెళ్లిపోయాం.

నీనా ఉదంతం విన్నాక, ఉద్యోగం అనే మిష ను అడ్డం పెట్టుకుని, ఇంతటి దుర్మార్గానికి పాల్పడేవారున్నారా అని ఆశ్చర్యపోయాను. ఆధునిక యుగం లో కూడా ఇంకా బానిసత్వాన్ని కొనసాగిస్తున్న అటువంటి వారిమీద నాకు నిజంగా అసహ్యమేసింది.

నీనా సర్వీస్ కాంట్రాక్టు ను అడ్డం పెట్టుకుని, కుట్ర పూరితంగా సికందర్, నీనా పై కక్ష తీర్చు కొనడానికి ప్రయత్నిస్తే, ఆమెకున్న రక్షణ మార్గాల గురించి, సీనియర్ నర్సు నాన్సీ మేడం తో చర్చించాను. నీనా దాని గురించి భయ పడాల్సిన అవసరం లేదని, రిజిస్టర్డ్ మెంబెర్ గా తాను, అమెరికన్ నర్సెస్ అసోసియేషన్ ను కూడా, ఈ విషయం లో సంప్రదిస్తానని చెప్పారు.

వాలంటీర్ గా నా తదుపరి డ్యూటీ ని మానసిక రుగ్మతలపై రీసెర్చి చేస్తున్న డాక్టర్ బుష్ కు సహాయకురాలి గా వేశారు. "ఒక పేషెంట్ కోలుకోవడానికి పట్టే కాలానికి, ఆ పేషెంట్ యొక్క మానసిక స్థితి కి సంబంధం ఉంటుంది" అనే అంశం పై ఆయన రీసెర్చి చేస్తున్నారు.

ఉదాహరణకు, ఒక పేషెంట్ చాలా కాలం హాస్పిటల్ లో ఒంటరిగా గడపవలసి వచ్చినపుడు, అతనికి విసుగు పుట్టి, అతనిలో మానసికమైన ఇబ్బందులు తలెత్తుతాయి. ఒకప్పుడు ఇండియా లో అయితే, ఎక్కువ భాగం ఉమ్మడి కుటుంబాలు కాబట్టి, ఒంటరిగా గడప వలసిన అవసరం ఉండేది కాదు. పెద్దలను గౌరవంగా చూసే సంస్కారం అక్కడ ఎక్కువగా ఉండేది. ఈ మధ్య ఇండియా లోనూ, ఒంటరి కుటుంబాలు ఎక్కువవుతున్నాయి.

నేను డాక్టర్ బుష్ ఇచ్చిన సూచనల ప్రకారం కొంత మంది పేషంట్లను ఆప్యాయంగా పలకరిస్తూ, వారితో పరిచయం పెంచుకున్నాను. వారు వ్యక్తం చేసే విషయాలను, చెప్పే ఉదంతాలను ఎంతో ఆసక్తితో విన్నాను. వారి బాధలను ఓపికగా ఆలకించాను. వారి సంతోషాలను పంచుకున్నాను. ఆ విధం గా ఆ పేషంట్ల అభిమానాన్ని చూరగొన్నాను. నేను కనిపించే సరికి వారిలో సంతోషం వెల్లివిరిసేది. ఒక్కొక్క సారి నేను వారికి చిన్న చిన్న కథలు, జోకులు చెప్పి ఎంటర్ టైన్ చేసేదాన్ని. అలాగే ధ్యానం , ప్రాణాయామం వంటి ప్రక్రియల గురించి వారికి వివరించే దాన్ని. ఎవరికైనా పుట్టిన రోజుగాని పెళ్లిరోజుగాని వస్తే, ఆ పేషెంట్ కు గ్రీటింగ్ చెప్పి, ఏదో ఒక కానుక ఇచ్చే దాన్ని. ఇదంతా చేస్తూ, వారి ఆందోళన, కోపం వంటి మానసిక స్థితుల్లో వచ్చే మార్పులను క్రోడీకరించి, ఒక రిపోర్ట్ రూపం లో ఎప్పటికప్పుడు, డాక్టర్ బుష్ కు అంద జేసే దాన్ని. డాక్టర్ బుష్ కూడా

అప్పుడప్పుడు, పేషేంట్ ల స్థితి గతులను, పర్యవేక్షించి, మానసిక స్థితుల్లో వచ్చే మార్పులకు రుగ్మతల నుండి కోలుకోవడానికి గల సంబంధాన్ని శాస్త్ర పరంగా నిర్ధారించి, తన పరిశోధన ఫలితాలు ప్రముఖ పత్రికలలో వ్యాసాల రూపంలో వెలువరించే వారు. డాక్టర్ బుష్ తలపెట్టిన రీసెర్చి లో నా వంతు సహాయం నేను చెయ్య గలిగినందుకు నాకు సంతృప్తి గా ఉండేది. డాక్టర్ బుష్ కూడా నేను పేషంట్ల తో సున్నితం గా వ్యవహరించిన తీరును మెచ్చుకున్నారు.

నాకు అటాచ్ చేసిన పేషెంట్ లలో రెబెక్కా మేడం ఒకరు. ఆమె భర్త, ఒక ప్రయివేటు సంస్థ లో పనిచేస్తూ ఉండే వారట. పెళ్లయిన కొన్ని సంవత్సరాలలోనే ఆమె భర్త, అనారోగ్యం తో కాలం చేశారు. ఏ ఆధారం లేకుండా జీవనం సాగించ వలసిన పరిస్థితి ఏర్పడింది. అయినా ధైర్యాన్ని కూడగట్టుకుంది. తన దురదృష్టానికి దుఃఖిస్తూ కూర్చోలేదు. రెబెక్కా మేడం ఒక వినూత్న తినుబండారాల షాప్ ప్రారంభించింది. వాళ్ళమ్మ దగ్గర నేర్చుకున్న వంటకాలతోబాటు, స్వంతం గా తయారు చేసిన సూప్, బ్రెడ్ అమ్మడం మొదలు పెట్టింది. ఆ సూప్ కి ఒక ప్రతేకమైన రుచి, మంచి వాసన ఉండడం వల్ల, కస్టమర్లకు బాగా నచ్చింది. ఓ విధంగా ఆలోచిస్తే, టౌన్ లోని కస్టమర్లు ఆ సూప్ కి అలవాటు పడిపోయారు అనుకోవాలి. ఈ తరహా అలవాటు ప్రక్క పట్టణాల లోకి కూడా ప్రాకటం తో అక్కడ కూడా ఏజెంట్ల ను నియమించుకోవలసి వచ్చింది. రోజులు గడిచే కొద్దీ ఆ చిన్న

షాప్ ఒక పెద్ద బిజినెస్ సెంటర్ గా మారింది. అతి త్వరలో దేశం లో కొన్ని వందల షాపులు వెలిశాయి. ఆమె వ్యాపార దక్షత గురించి బాగా పేరున్న బిజినెస్ మేగజైన్ల లో వ్యాసాలు వెలువడ్డాయి. అంతే కాకుండా, ఆమె ఫోటోలు, కవర్ పేజీల మీద కూడా వేసుకున్నారు. ఎనభయ్యో పడిలో కూడా ఆమె చాలా ఆరోగ్యం గా ఉండడం వల్ల, రిటైర్ అవ్వకుండా, దేశ వ్యాప్తంగా ఉన్న వ్యాపారాలన్నిటిని, తానే మేనేజ్ చేసుకునేది.

ఒక సారి, ఆమె ఒక స్టోరును పర్యవేక్షిస్తున్నప్పుడు, తడి ఫ్లోర్ మీద కాలు జారి, తుంటి ఎముక విరిగి, హిప్ రిప్లేస్మెంట్ సర్జరీ చేయించుకోవాల్సి వచ్చింది. ఆ ఆపరేషన్ విజయవంతం కాకపోవటంతో సమస్య మరింత జఠిలమైంది. కొన్ని నెలలు హాస్పిటల్ లో ఉండి చికిత్స చేయించుకున్నా ఏమీ లాభం లేక పోయింది. అందుచేత ఆమెను ఈ హాస్పిటల్ లోని అసిస్టెడ్ కేర్ ఫెసిలిటీ కి మార్చారు. తాను నడవటం కోసం వేరొకరి మీద ఆధార పడి, ఇలా ఎన్నాళ్ళు గడపాలో ఆమెకు అర్థం కాలేదు.

ఆమెను అన్నిటికంటే బాధించే విషయమేమిటంటే, ఎంతో మందికి సహాయం చేసి, పైకి తీసుకొచ్చిన తనను, పలకరించే వారు అరుదై పోయారు. ఆమె ఎవరినీ నిందించటం లేదు. ఆమెకు తెలుసు ఎవరి జీవితాలతో వారు తల మునకలై ఉంటారని. ఆమె నిందించుకునేది తన దురదృష్టాన్నే. కాకపోతే ఒకప్పుడు బంధువులు, స్నేహితులు, తన

ఉద్యోగులతో, నిండుగా ఉండే తాను ఇప్పుడు ఒంటరిగా ఒక చిన్న గదికి పరిమితమై పోవటం తనకు మింగుడు పడటం లేదు.

"నీలా! నేను ఆరోగ్యంగానే ఉండే దాన్ని. నేనెప్పుడూ వైద్యం కోసం హాస్పిటల్ లో చేర లేదు. దేనికీ భయ పడే దాన్ని కాదు. నా చుట్టూ కొంతమంది, నా ఆదేశాలకోసం ఎదురు చూస్తూ ఉండేవారు. కానీ ఇప్పుడు చూడు నేనెంత నిస్సహాయురాలినైపోయానో" అని చెప్పి ఒక నిట్టూర్పు విడిచింది. ఒక్క క్షణంలో మారిపోయిన ఆమె పరిస్థితికి, నాకు కూడా బాధనిపించింది. ఎంత కీర్తి గడించిన వారైనా, కాలం కలిసి రాక పోతే, నిస్సహాయులు గా మిగిలి పోవడానికి ఎన్నో క్షణాలు పట్టదు. ఇదీ ఆమె జీవితం నేర్పిన పాఠం.

నన్ను వేరే డిపార్మెంట్ కు మార్చటం తో, రెబెక్కా మేడం దగ్గర సెలవు తీసుకుందామని వచ్చినప్పుడు, నన్ను దగ్గరకు తీసుకుని నా భుజం మీద చెయ్యి వేసి కొంచెం ఎమోషన్ కి లోనయింది.

"నీలా ! నాకోసం నువ్వు శ్రమించి, ఈ కొద్ది రోజుల్లో నాకు ఎవ్వరూ లేని లోటు తీర్చినందుకు నాకు సంతోషంగా ఉంది. నిన్ను మరిచిపోలేను. గాడ్ బ్లెస్ యు" అని నాకు వీడ్కోలు చెప్పింది.

ఒంటరితనం తో బాధ పడిన పేషెంట్ లలో, రెబెక్కా మేడం లాగే ఇంచుమించు, ఏదో ఒక కారణం చేత అక్కడున్న మిగతా వారు కూడా

అటువంటి పరిస్థితుల్లోనే, రోజులు గడుపుతున్నారు. వారికి కొద్దిరోజులైనా ఒంటరి తనాన్ని దూరం చేసి, వారిని అప్యాయం గా సాక గలిగాననే తృప్తి నాలో మిగిలింది.

వాలంటీర్ గా నా తర్వాత మజిలీ లో, నాకు సూసన్ మేడం తో పరిచయమయింది. సూసన్ మేడం చాలా ధైర్యమైన వ్యక్తి. ఆమె ముఖం లో ఎప్పుడూ తన మీద తనకు గల నమ్మకం తాండవిస్తూ ఉంటుంది. ఆమె తరచు చెప్పేది ఒకటే. విచారాన్ని మనం మన మనసుల్లో నిక్షిప్తం చేసుకుని బాధ పడుతూ ఉంటాం. దాన్ని మన మనసుల్లోంచి పారద్రోలి గలిగితే మిగిలేవి సంతోషాలే.

ఆమె ఆజానుబాహురాలు. జుట్టు అక్కడక్కడా నెరిసింది. అయినా ఆకర్షణీయంగానే కనపడుతుంది. ఆమె ముఖం లో నవ్వు ఎప్పుడూ చెరగదు. మెడకు వేళ్ళాడే చైన్ తో ఉన్న బై ఫోకల్ కళ్ళద్దాలతో ఆమె ప్రత్యేకంగా కనపడుతుంది. చూడగానే ఆమెలో ఏదో ఒక ఆకర్షణ శక్తి ఉందనిపిస్తుంది.

సూసన్ మేడం, 'సెరిబ్రల్ పాల్సి' అనే వ్యాధి తో బాధ పడుతున్న, తన ఆఖరి కొడుకైన 'డ్రూ'ని హాస్పిటల్ లో చేర్పింది.

కొడుకు సంరక్షణ కోసం తన ఉపాధ్యాయ వృత్తికి రాజీనామా చేసింది. ఒక రోజున నేను డ్రూ యొక్క యోగ క్షేమాలు తెలుసుకోవడం కోసం అతని

బెడ్ దగ్గరకు వచ్చాను. అప్పుడు డ్రూ గురించి తల్లిగా తన అభిప్రాయం చెప్పింది.

"డ్రూ లాంటి ఒక కొడుకుని నాకు ప్రసాదించినందుకు ఆ దేవుడికి ప్రతిరోజు ధన్యవాదాలు తెలుపుతూ ఉంటాను. డ్రూ అంటే నాకు ఎనలేని ప్రేమ. వాడు అందరి లాగా ఉండి ఉంటే, నాకు వాడిపై ఇంతటి మమత, కలిగి ఉండకపోనేమో. నన్ను, వాడికి తల్లి గా ఎన్నుకుని, పుత్ర ప్రేమ లోని మాధుర్యాన్ని, దేవుడు నాతో ఆస్వాదింపజేస్తున్నాడు" అన్నది సుసాన్ మేడం. ఇంతటి కష్ట సమయం లో కూడా ఆ కష్టాన్ని, పాజిటివ్ గా తీసుకున్న ఆమె సంస్కారానికి, ఆమెను మనసులో అభినందించకుండా ఉండలేకపోయాను.

"మిగతా పిల్లల తో ఆడుకుంటున్నప్పుడు డ్రూ కి సడన్ గా తన అవయవాల మీద అదుపు తప్పింది. కూర్చోలేడు, నుంచోలేడు, ప్రాకే శక్తిని కూడా కోల్పోయాడు. వాడి పరిస్థితిని గమనించిన నేను... నా భర్త అవాక్కయ్యాము. వైద్య నిపుణులు ఆ వ్యాధి ని 'సెరిబ్రల్ పాల్సి' గా నిర్ణయించారు. ఆ వార్త మాకు అశనిపాతమైంది. డ్రూ లోని మానసిక మరియు శారీరకమైన ఈ మార్పును మా దంపతులిద్దరం తట్టుకోలేక పోయాం. కానీ రాను రాను వాడిపై మున్నెన్నడూ లేని ఆప్యాయతను పెంచుకున్నాం. వాడి అస్వస్థత మమ్మల్నెప్పుడూ బాధ పెట్టలేదు. మా మిగతా పిల్లలు కూడా, వాడితో సరదాగా గడుపుతారు తప్ప విసుక్కోరు.

డ్రూ కి అప్పుడప్పుడూ ఫిజియోథెరపీ అవసరం. అందుకోసమని ఒక వారం క్రితం వాణ్ని ఇక్కడ చేర్చాను" అని చెప్పి, నా వంకచూసి నవ్వింది సూసన్ మేడం. నేను రోజు ఏదో టైం లో డ్రూ ని చూసి పలకరించి, సూసన్ మేడం తో మాట్లాడే దాన్ని. డ్రూ గురించి నాకు మరికొన్ని విషయాలు తెలిశాయి. ఆ కుటుంబం యొక్క ఓర్పు, పట్టుదల, డ్రూ పై చూపించిన ప్రేమ కొన్నాళ్ళకు ఫలించాయి. కొన్ని సంవత్సరాలుగా మాట్లాడలేక ఏవేవో శబ్దాలు చేసే డ్రూ, తనకు 13 సంవత్సరాల వయసు వచ్చాక, కొన్ని మాటలు ఉచ్చరించటం మొదలు పెట్టాడు. ఎలక్ట్రిక్ వీల్ చైర్ ని ఉపయోగించగలుగు తున్నాడు. ముందు ముందు డ్రూ రుగ్మతకు, సరైన చికిత్స కనిపెట్టబడుతుందని, తన కొడుకు మిగతా అందరితో సమానమైన మానసిక, దేహ దారుఢ్యాలతో బ్రతకగలడనే ఆశా భావాన్ని, నమ్మకాన్ని, సూసన్ మేడం వ్యక్తం చేసింది.

సూసన్ మేడం తో పరిచయం నాకు కొత్త అనుభవాన్నిచ్చింది.

వాలంటీరుగా నా ప్రస్థానంలో సిల్వియా రోజర్సు అనే ధైర్య శాలి అయిన ఒక స్త్రీ తో పరిచయమయింది. ఆమెకు చివరి దశ లో ఉన్న కాన్సర్ అని, ఆమె కొన్ని నెలల కంటే ఎక్కువ కాలం బ్రతకడానికి అవకాశం లేదని చెప్పారట డాక్టర్లు. తనకు ఎంతో ఆయుస్సు లేదని, ఇప్పటికే తాను దేవుడిచ్చిన బోనస్ జీవితం తో బ్రతుకుతున్నానని, తనంతట తానే

చెప్పింది. ఆమెకు మానసిక స్థైర్యం ఎక్కువ. అందుకేనేమో, డాక్టర్ల అంచనాకు మించి, సంవత్సరం దాటిపోయినా ఆమెకు ఏమీ కాలేదు. ఆమె, పెయిన్ మేనేజ్‌మెంట్ డిపార్ట్‌మెంట్ లో చికిత్స కోసం చేరింది. పెయిన్ రిలీఫ్ ట్రీట్ మెంట్ ప్రోసెస్ జరుగుతున్నప్పుడు, సహాయకురాలిగా ఉండటం వల్ల, ఆమెతో నా పరిచయం బలపడింది. అంతేకాకుండా ఆమె ఖాళీ గా ఉన్నప్పుడు కూడా ఆమెను కలిసి , ఆమె యోగ క్షేమాలు కనుక్కునే దాన్ని. మొదట్లో సంకోచించినా, "మీరు కాన్సర్ బారిన పడినట్లు, మీకు ఎలా తెలిసింది" అని అడిగాను.

"నీలా! దాని గురించి నేనే చెబుతామనుకుంటున్నాను. అప్పుడు నా వయసు 27 సంవత్సరాలు. కొలరాడో లో 'రాంప్ మీద సైక్లింగ్' అనే పోటీ లో స్నేహితులతోబాటు పాల్గొన్నాను. నేను సైకిల్ తొక్కుతూవుండగా నా ఛాతికి ఎడమ భాగం లో విపరీతమైన నొప్పి వచ్చింది. తట్టుకోలేక పోయాను. సూదైన బాణం నా గుండెల్లో గుచ్చుకున్నంత పనైంది. ఇన్వెస్టిగేషన్ లు అన్నీ అయ్యాక, నాకు బ్రెస్ట్ కాన్సర్ అని డయాగ్నోజ్ చేశారు" అని చెపుతూ ఉన్నపుడు ఆమె గొంతు బొంగురు పోయింది. కొంచెం సర్దుకుని మళ్ళీ చెప్పటం సాగించింది.

"డాక్టర్లు, కెమో థీరపీ తో చికిత్స మొదలెట్టారు. నా ఆకారం వికృతం గా తయారయ్యింది. సైడ్ ఎఫెక్ట్ ల వల్ల నేను హెలూసినేషన్లు లాంటి మానసిక

వ్యవస్థలకు లోనయ్యాను. ఈ చికిత్స కొన్నాళ్ళు కొన సాగే సరికి, రోగలక్షణాలలో మెరుగుదల కనిపించింది. చికిత్స ఇంకా కొన్ని దఫా ల వరకు కొన సాగించటం జరిగింది. ఆ తర్వాత నా ఆరోగ్యం సాధారణ స్థితికి వచ్చింది. నా తల వెంట్రుకలు ఒత్తుగా ఎదిగి, నల్ల రంగును సంతరించుకున్నాయి. నా ఆకారం కూడా ఇంచుమించు పూర్వపు స్థితికి వచ్చిందనే చెప్పాలి. నేను నా పూర్వపు విధులను నిర్వహించటం, స్నేహితులతో కొంత సమయం గడపటం, భవిష్యత్తు కార్యక్రమాల గురించి, ఆలోచించటం వగయిరా దైనందిన చర్యలలో మునిగి పోయాను. తర్వాత వచ్చిన క్రిష్టమస్ పండగ ఘనంగా బంధువుల తో బాటు జరుపుకోవాలనిపించింది. అందుకని, క్రిస్టమస్ కు ముందుగానే మా అమ్మగారింటికి వెళ్లాను. క్రిస్టమస్ రానే వచ్చింది. ఆ రోజు నేను బంధువులకు ఇవ్వడానికని తెచ్చిన బహుమతులను ఒక వరుస లో పెడుతున్నాను. సరిగ్గా అప్పుడే ఎవరో కత్తితో నా వక్ష స్థలం మీద బలంగా పొడిచినంత నొప్పి పుట్టింది. అనుమానం వచ్చి నేను నా బ్రెస్ట్ ని చెక్ చేసుకున్నాను. లోపల గడ్డ ఏర్పడినట్లు అర్థమైంది. దానికి తోడు ఊపిరి పీల్చుకొనటం కూడా కష్టమయింది. నరాలు విపరీతంగా లాగటం మొదలయింది. తల పగిలిపోతుందేమో అన్నంత టెన్షన్ ఫీల్ అయ్యాను. కేన్సర్ ఇన్వెస్టిగేషన్స్ లో ఈ సారి, పూర్వం వచ్చిన దానికన్నా ప్రమాద కరమైన స్టేజి లో ఉందని, నా ఊపిరితిత్తులు కూడా దెబ్బ తినే ప్రమాద

ముందని, ఆయుష్షు నాలుగైదు నెలలకు మించి ఉండదని, డాక్టర్ లు తేల్చారు. చక్కబడిందన్న నా ఆరోగ్యం తిరగబెట్టటం తో నా ఆశ లు అడియాశలయ్యాయి.

మళ్ళీ చికిత్స మొదలయింది, కానీ అది కేవలం పెయిన్ మేనేజ్‌మెంటు కోసమే. ఇక నాకు బహు కొద్ది జీవితమే మిగిలి ఉన్నది. ఈ కొద్ది సమయాన్ని నేనెలా ఉపయోగించుకోవాలో ఆలోచించి ఒక ప్రణాళిక తయారు చేసుకున్నాను. ముందుగా నా లాంటి పేషెంట్ లతో నా అనుభవాలను పంచుకున్నాను. ఏ ఒక్కరి జీవితము సమస్యలకు అతీతం కాదు. మనందరికీ ఆందోళనలు , ఒత్తిళ్లు తప్పవు. కాకపోతే వాటి స్వభావాల్లోనూ, తీవ్రతల్లోనూ, భేదాలుంటాయి, అంతే. ఏ ఒక్కరికి పెర్ ఫెక్ట్ లైఫ్ అనేది ఉంటుందని నేననుకోను. అయితే మనకు లభించిన జీవితాన్ని తృప్తిగా జీవించడానికి, మనము ఖచ్చితమైన ప్రయత్నం మాత్రం చెయ్యగలం. అది మన పరిధి లోనే ఉంది. నేను అనుభవ పూర్వకంగా నేర్చుకున్న ఇటువంటి భావాలు, తెలియజేస్తూ నాకు వీలయినన్ని వేదికల మీద ప్రసంగించాను" అని సుదీర్ఘంగా తన జీవిత విశేషాలను నాకు చెప్పింది సిల్వియా మేడం. తన పెయిన్ మేనేజ్‌మెంటు ప్రక్రియ ముగియగానే, హాస్పిటల్ నుండి డిస్చార్జ్ అయి ఇంటికి వెళ్ళిపోయింది. వెళ్లే ముందు ఆమె... నేను తనకు చేసిన సర్వీసు ను మెచ్చుకుని, నన్ను దగ్గరకు తీసుకుని, అభినందించింది. సిల్వియా మేడం

చెప్పిన జీవిత సత్యాలు నా మనసులో నాటుకున్నాయి. అందుకు ఆమెకు నా ధన్యవాదాలు తెలిపి వీడ్కోలు ఇచ్చాను.

***

8

కొందరి సామర్థ్యాలపై మన అంచనాలు తారు మారు అవుతాయి. థామస్ విషయం లోను అదే జరిగింది..... నీల

***

ప్రతి సంవత్సరం మినెసోటా కేపిటల్ గ్రౌండ్స్, సెయింట్ పాల్ లో... మినెసోటా రాష్ట్రం లో ఉన్న ప్రవాస భారతీయుల సంఘాలన్నీ కలిసి భిన్నత్వం లో ఏకత్వం లా భారతీయ సంస్కృతి, వారసత్వ సంపద, సాంప్రదాయాల పై అవగాహన కొరకు ఉద్దేశింపబడిన ఒక పండగ జరుపుకోవటం పరిపాటి. ఆ వేడుకను "ఇండియా ఫెస్ట్" అంటారు. అందరికీ సానుకూలంగా ఉండే వేసవి లో... జూలై 4 వ తేదీన అమెరికా ఇండిపెండెన్స్ డే, అలాగే ఆగస్టు 15 వ తేదీన భారత స్వాతంత్ర్య దినోత్సవము వస్తాయి కాబట్టి, ఈ రెండు తేదీల మధ్య కాలం లో ఏదో ఒక అనుకూలమైన రోజున మినిసోటా రాష్ట్రం లో నివసిస్తున్న ప్రవాస భారతీయులు ఈ వేడుకను ఒక పండుగ లా జరుపుకుంటారు.

నాకు ఈ ఫెస్టివల్ అంటే చాలా ఇష్టం. ఎందుకంటే, ఈ వేడుకలో పాల్గొన్నంతసేపు నేను ఇండియాలో ఉన్నట్టు ఫీల్ అవుతాను. ఈ ఫెస్టివల్, భారత దేశం యొక్క వారసత్వ వైభవానికి, సాంప్రదాయాలకు, విభిన్న సంస్కృతులకు, వైవిధ్యమైన నాగరికతలకు అద్దం పడుతుంది.

ప్రవాస భారతీయులతోబాటు విదేశీయులు కూడా ఆ ఫెస్టివల్ ని వీక్షించి మరపు రాని అనుభూతిని పొందుతారు.

ఈ ఫెస్టివల్ ను నాలుగు మూలల నుండి వచ్చిన వేల కొలది ప్రవాస భారతీయులు, ఆహూతులు, విదేశీయ మిత్రులు వీక్షిస్తారు. ఈ ఫెస్టివల్ లో ఎన్నో చక్కని ఏర్పాట్లు చేస్తారు. భారతీయ సాంప్రదాయ మరియు జానపద నృత్యాలు, శాస్త్రీయ సంగీత విభావరులు, జానపద, సినీ గాన సభలు ప్రేక్షకులను అలరిస్తాయి. ఇక భారత దేశం లోని వివిధ ప్రాంతాల నాగరికతలు ప్రతిబింబించే సాంప్రదాయ దుస్తుల, మరియు అలంకరణల ప్రదర్శనలను చూడవచ్చును. అలాగే భారత దేశంలో పలు ప్రాంతాల్లోని కళాకారుల హస్త కళా ప్రాభవాన్ని ప్రతిబింబించే అనేక కళా ఖండాలను ప్రదర్శిస్తారు. భారతీయత ఉట్టిపడే దుస్తుల మరియు జువెలరీ షాపింగ్ ఏర్పాట్లు, భారత్ లో పలు ప్రాంతాల్లో పేరొందిన రుచి కరమైన నోరూరించే వంటకాలతో ఫుడ్ కోర్ట్ లు, విద్యార్థులకు టాలెంట్ పోటీలు, మరెన్నో వింతలూ విశేషాలు ఆ ఫెస్టివల్ లో ఉంటాయి.

ఆగస్టు నెల రాగానే, ఇండియా అసోసియేషన్ అఫ్ మినెసోటా (ఐ.ఏ.ఎం) వారు ఆర్గనైజ్ చేసిన "ఇండియా ఫెస్ట్" లో పాల్గొనేందుకు రోజులు లెక్కపెట్టుకుంటుంటాను. అనుకున్నట్టుగానే ఆరోజు రానే వచ్చింది. అప్పటికి ఇంకా వేసవి కాలపుటెండ తీవ్రంగానే ఉంది. అశోక్... నేను, ఇండియా ఫెస్ట్ కి వేదిక అయిన మినెసోటా కేపిటల్ గ్రౌండ్స్ కి,

ముందుగానే హాజరయ్యాము. అక్కడ కి మా ఫ్రెండ్స్ కొందరు వారి కుటుంబసభ్యులతో వచ్చారు. నేను పైన పేర్కొన్నట్టు గా అక్కడ అన్ని ఏర్పాట్లు చక్కగా చేయబడ్డాయి. భారతీయత ఉట్టి పడేలా, రక రకాల సాంప్రదాయ దుస్తులు ధరించిన కొన్ని వేల మంది, ప్రవాస భారతీయుల సందడి తో ఆ కేపిటల్ గ్రౌండ్స్ కళకళ లాడింది. ఆ వేడుక ను చూస్తుంటే నాకు ఇండియా లో ఉన్నానా అనే భ్రమ కలిగింది. మా గ్రూప్ అంతా అక్కడ ఉన్న స్టాల్స్ అన్నీ చూసుకుంటూ, ఫన్ గేమ్స్ ఆడుతూ, ఆ ఫెస్టివల్ అంతా కలదిరిగి ఎంజాయ్ చేసాం. గోరింటాకు ఆర్ట్ లు చేతుల నిండా వేయించు కొనేవారు, ఫేస్ పెయింటింగ్ లు దిద్దించుకునే పిల్లలు, రకరకాల దుస్తులు, నగలు కొనేవారు ఎవరి పనుల లో వారు నిమగ్నమై ఉన్నారు. మేము సాంప్రదాయ నృత్యాలు జరుగుతున్న ఓపెన్ ఎయిర్ థియేటర్ లో కూర్చుని ఆ నృత్య ప్రదర్శనలను కాస్సేపు చూసాం. ప్రేక్షకుల్లో కొందరు "గవర్నర్ గారు వస్తున్నారు" అని చెప్పుకుంటుంటే, మేము కేపిటల్ బిల్డింగ్ వైపు నడిచాము.

కేపిటల్ బిల్డింగ్ కి ఎదురుగా అలంకరింపబడిన ఒక వేదిక పై అమెరికా మరియు భారత దేశ పతాకాలు ఎగురవేయ బడి ఉన్నాయి. కాపిటల్ బిల్డింగ్ మెట్లు దిగి, ఈ వేడుకకు చీఫ్ గెస్ట్ అయిన మినెసోటా గవర్నర్ గారితో బాటు కొంతమంది పాలకవర్గం, బ్యాండ్ మ్యూజిక్ ప్లేచేయబడుతూండగా జెండాలున్న వేదిక దగ్గరకు వచ్చారు. అక్కడ

ఇండియన్ అసోసియేషన్ అఫ్ మినెసోటా సభ్యులు గవర్నర్ కు గౌరవ వందనం సమర్పించి, వరుసగా అమెరికా మరియు భారత దేశ జాతీయ గీతాలు ఆలపించారు.

నేను మునివేళ్ళ పై లేచి, మినెసోటా రాష్ట్రానికి ప్రధమ పౌరుడైన గవర్నర్ గారిని చూశాను. ఆయన నేవీ బ్లూ సూట్ వేసుకుని హుందాగా ఉన్నారు. ఫెస్టివల్ మేనేజ్మెంట్ బోర్డు సభ్యులు, గవర్నర్ ను 'ఇండియా ఫెస్ట్' ను తిలకించవలసిందిగా కోరగా, అయన తన బృందం తో బయలు దేరారు. ఇండియా ఫెస్ట్ మేనేజ్మెంట్ సభ్యులు అక్కడ జరుగుతున్న కార్య క్రమాల ప్రాశస్త్యాన్ని వివరిస్తుండగా, గవర్నర్ నడుస్తున్న మార్గానికి ఇరువైపులా భారతీయ సంస్కృతికి అద్దం పడుతూ ప్రదర్శింపబడుతున్న శాస్త్రీయ, జానపద నృత్యాలను, స్టాల్స్ ని, ప్రదర్శనకు ఉంచిన ప్రాచీన కళారూపాలను, అలంకరణలను, తిలకిస్తూ ముందుకు సాగుతూ ఉన్నారు. తర్వాత, ముఖ్య వేదిక అయిన ఓపెన్ ఎయిర్ థియేటర్ వేదిక పై గవర్నర్ గారు ప్రవాస భారతీయులను ఉద్దేశించి ప్రసంగించారు. ఇండియా ఫెస్ట్ మేనేజ్మెంట్ బోర్డు... గవర్నర్ గారికి ఐ.ఏ.ఎం తరఫున ధన్యవాదాలు తెలిపి, గవర్నర్ గారికి వారి బృందానికి ఘనమైన వీడ్కోలు ఇచ్చింది.

అప్పటికి టైమ్, మధ్యాహ్నం 2 గంటలు అయింది. మా అందరికి ఆకలి

తారాస్థాయినంటింది. ఫుడ్ కోర్ట్ కి బయలుదేరాం. అప్పటికింకా ఫుడ్ స్టాల్స్ ఎదుట పెద్ద పెద్ద క్యూల్లో జనాలు వెయిట్ చేస్తున్నారు. సరే ఎలాగయితేనే రక రకాల వంటకాలు రుచి చూసి, భోజనాలు ముగించాం. గుర్తుగా కొన్ని కళారూపాలను కొందామని కేరళ కళా ప్రాభవాన్ని ప్రదర్శించిన స్టాల్ కి వెళ్తున్న సమయంలో నాకు పరిచయమున్న వ్యక్తి ఒకరు దూరంగా కనిపించాడు. అతని పేరు థామస్ థామస్. నేను డిగ్రీ చదువుతున్నప్పుడు నా క్లాసుమేట్. అతని పేరులో రెండుసార్లు థామస్ అనే పేరు ఉండటం వల్ల అది విచిత్రంగా అనిపిస్తుంది. మా క్లాస్ లో కొంత మంది అతన్ని 'థామస్ స్క్వేర్' అని పిలిచి, ఎగతాళి చేసేవారు. నేను చాలా మంది క్లాస్ మేట్స్ వివరాలను సేకరించాను. ఎవరెవరు ఎక్కడ సెటిల్ అయ్యారో తెలుసుకోవటం ఒక హాబీ గా పెట్టుకున్నాను. థామస్ వివరాలు మాత్రం నాకు ఇంతవరకు తెలియ లేదు. మా క్లాస్ మేట్స్ ని ఎవర్నడిగినా థామస్ గురించి ఏమీ తెలియదనే చెప్పారు. అలాంటప్పుడు థామస్ నాకు కనిపించటం తో... కొందర్ని తప్పించుకుని వెళ్లి "థామస్! థామస్!!" అని బిగ్గరగా పిలిచాను. థామస్ కొంచెం సేపు జ్ఞాపకం తెచ్చుకోవడానికి ప్రయత్నిస్తూ పరీక్షగా చూశాడు. నన్ను తన క్లాసుమేట్ గా గుర్తించి, "ఓ... నీలా, నువ్వా!" అని నా దగ్గరకు వచ్చాడు.

"వాటే ప్లెజెంట్ సర్ప్రైజ్! నిన్ను ఇప్పట్లో చూడగలుగుతాననుకోలేదు" అన్నాను.

"నీకే కాదు. నాకు కూడా. ఇది కలో నిజమో నమ్మ లేకుండా ఉన్నాను" అన్నాడు థామస్ కొంచెం తడబడుతూ.

"ఈయన 'థామస్ థామస్' అని, నేను జువాలజీ బేచిలర్ డిగ్రీ చదువుతున్నప్పుడు నా క్లాసు మేట్" అని అశోక్ కి, మిగతా అందరికి పరిచయం చేశాను. అందరూ థామస్ ని మర్యాద పూర్వకంగా పలకరించారు. థామస్ కూడా అందరికి ప్రతినమస్కారం చేశాడు.

నేను అతన్ని 'థామస్ థామస్' అని పరిచయం చేసే సరికి, అశోక్ తోబాటు మా ఫ్రెండ్స్ కూడా విస్తుబోయారు. బహుశా క్లాస్ మేట్ కనిపించాడనే ఉత్సాహంతో నేనే రెండు సార్లు అతని పేరు రిపీట్ చేసైనా ఉండవచ్చు, లేకపోతే వాళ్ళ ఫామిలీ పేరు కూడా థామస్ అయి ఉండవచ్చు అని అనుకున్నారు, తర్వాత నేను అతని ఫ్యామిలీ పేరు కూడా థామస్ అని నేను ధృవీకరించే వరకు.

"నువ్వెక్కడున్నావో మన క్లాస్ మేట్స్ లో, ఎవ్వరికి తెలియదు. ఇక్కడికెలా వచ్చావు, ఎప్పుడొచ్చావు.?" అని అడిగాను.

కొన్ని నెలల క్రితం మినెసోటా యూనివర్సిటీ లో అసిస్టెంట్ ప్రొఫెసర్ గా చేరాను. అంతకుముందు హార్వర్డ్ యూనివర్సిటీ లో పిహెచ్.డి., చేశాను.

"పిహెచ్.డి., ఫ్రమ్ హార్వర్డ్ యూనివర్సిటీ, వావ్!" జోక్ చేస్తున్నాడేమో అనుకున్నాను.

"ఒక ప్రాంతపు ఆధునిక మానవుల యొక్క ముఖ కవళికలు, లక్షణాలు, వైఖరులు.... పూర్వం ఎప్పుడో, అదే ప్రాంతం లో పుట్టి, కాలక్రమేణా ఆకారం లో పరిణామం చెందిన, ఆదిమ మానవుల (ఏప్ ల) ను లేశమంతైనా పోలి ఉంటాయి." అనే టాపిక్ మీద పరిశోధన చేసి, డాక్టోరల్ డిసర్టేషన్, సోదాహరణలతో సబ్మిట్ చేశాను. దానికి గాను హార్వర్డ్ యూనివర్సిటీ పిహెచ్.డి పట్టా ప్రదానం చేసింది" అని వివరం గా చెప్పాడు.

థామస్ యొక్క విద్యార్థి దశ, ఆక్షేపణలతో ప్రారంభమై, గౌరవం తో ముగిసింది. హార్వర్డ్ యూనివర్సిటీ లో డాక్టరేట్ పట్టా సంపాదించి, ప్రస్తుతం ఒక పెద్ద యూనివర్సిటీ లో ప్రొఫెసర్ హోదా లో ఉన్నాడంటే, అతని సామర్థ్యం పై చాలా మంది వేసిన అంచనాలు తారు మారు అయ్యాయనే చెప్పాలి.

కాలేజి లో థామస్ ని ఎవరూ పట్టించుకునేవారు కాదు. అతన్ని ఒక బఫూన్ లా భావించే వారు. అతనికి... అధిక ప్రసంగం, ప్రతి విషయం లోను అతిగా ప్రవర్తించటం వంటి అలవాట్లు ఉండేవి.

డిగ్రీ క్లాస్ లోని ప్రతి విద్యార్థి రెండవ సంవత్సరం ముగిసే సరికి, ఒక రీసెర్చ్ టాపిక్ సెలెక్ట్ చేసుకుని, తాను చేసిన ప్రాజెక్ట్ వర్కు పై రిపోర్ట్ తయారు చేసి, లైఫ్ 'సైన్సెస్ డిపార్ట్మెంట్' కి సబ్మిట్ చెయ్యాలి. దాని కోసమై, "ఒక భౌగోళిక ప్రాంతం లో నివసించే స్థానిక మానవులలో....

పూర్వం ఆ ప్రాంతం లో జీవం పోసుకుని, పరిణామ క్రమం లో రూపాంతరం చెందిన తోక లేని కోతి రూపాన్ని సంతరించుకున్న, ఏప్ యొక్క వారసత్వ ముఖ కవళికలు, లక్షణాలు, సూక్ష్మంగానైనా ఉంటాయి" అన్నదే థామస్ ఎన్నుకున్న టాపిక్. ఈ ప్రాజెక్ట్ రిపోర్ట్ కు సదరన్ రీజియన్ ను రిప్రెజెంట్ చెయ్య డానికి కావలిసిన ఒక పిక్చర్ ని, ఒక క్లాసుమేట్ చేత గీయించాడు. అంత వరకూ బాగానే ఉంది. ఆ పిక్చర్ ని, కొంతమంది ఆకతాయి స్టూడెంట్స్, వ్యంగ్య మయిన ఒక కార్టూన్ గా మార్చి, జువాలజీ ప్రొఫెసర్, వర్గీస్ మాథ్యూ పిక్చర్ పై ఏప్ పోలికలు సూపర్ ఇంపోజ్ చేసి, కాలేజీ కాంపౌండ్ వాల్ మీద పెయింట్ చేశారు. దాని క్రింద "థామస్ ఏప్, సన్ అఫ్ డార్విన్" అని వ్రాశారు. అంతేకాకుండా కాలేజీ క్యాంపస్ లో థామస్ ని 'థామస్ ఏప్' అని అవహేళనగా పిలిచేవారు. ఈ విషయం ప్రొఫెసర్ వర్గీస్ వరకూ చేరింది. దాంతో ఈ దుశ్చర్య థామస్ చేసిందేనని, ప్రొఫెసర్ గారికి థామస్ పై విపరీతమయిన కోపం వచ్చింది. ఫలితంగా థామస్ ఒక నెల రోజుల పాటు సస్పెండ్ అయ్యాడు.

ఆ సంఘటన థామస్ లో చాలా మార్పు తెచ్చింది. ఆ నాటి నుండి థామస్ ఫ్రెండ్స్ తో అల్లరి చిల్లరిగా తిరగ కుండా, ఎక్కువ సమయం లైబ్రరీలో... పుస్తకాల్లో మునిగి, గడపటం మొదలెట్టాడు. తాను సూత్ర ప్రాయం గా ప్రపోజ్ చేసిన థియరీ ని, లోతుగా అధ్యయనం చేసి, ఒక క్రెడిబుల్ రీసెర్చ్ పేపర్ తయారు చెయ్యాలని నిర్ణయించుకున్నాడు.

అప్పట్నుంచీ, తన స్పేర్ టైం ని ఈ లక్ష్య సాధన కోసం వినియోగించాడు. అందుకే నేడు, అల్లరి థామస్ కు బదులు 'ప్రొఫెసర్... డాక్టర్ థామస్ థామస్' ను చూడగలిగాం.

పూర్వం లాగా కాకుండా థామస్ థామస్, తన తెలివితేటల లోను ప్రవర్తన లోను చాలా ఎదిగాడని అనిపించింది. అతని మాటల్లోని పరిపక్వత శ్రోతల్ని ఆకట్టుకునేలా వుంది. అతను శ్రమ తో సాధించిన విజయాలకు, పరిశోధనాపటిమ కు అశోక్ కూడా అతన్ని అభినందించాడు. అతని జీవితం...అణచివేత, తలవంపులతో ప్రారంభమై, ప్రఖ్యాతి... గౌరవాలతో రూపు దిద్దుకుంది. అతను కృషితో తన కలలను నిజం చేసుకోవటమే కాకుండా, తన జీవిత లక్ష్యాన్ని అందుకోగలిగినందుకు ఎంతైనా అభినందనీయుడు.

ఇండియా ఫెస్ట్ లో మరికొంత సేపు గడిపిన తర్వాత, మేమందరం ఎవరి దారిన వారు వెళ్లి పోయాం.

***

9

ఇది నా ఆత్మ కథ కాదు, నాకు తారస పడ్డ కొందరి జీవిత ఘటనల సమాహారం. నేను ఆ సమాహారం లోని దారాన్ని మాత్రమే.... నీల.

***

ఇది నా ఆత్మ కథ కాదు, నాకు తారస పడ్డ కొందరి జీవిత ఘటనల సమాహారం. నేను ఆ సమాహారం లోని దారాన్ని మాత్రమే.

ఇప్పటివరకు సాగిన నా జీవితం తో ముడిపడ్డ... కొందరి జీవిత సంఘటనలు నన్ను ప్రభావితం చేశాయి. కొన్ని సంఘటనలకు నేను ప్రత్యక్ష సాక్షినైతే, మరి కొన్నిసంఘటనలు సందర్భానుసారంగా ఇతరుల ద్వారా తెలిసినవి.

వారి జీవితాల లోని, సంతోషాలు, పారవశ్యతలు, బాధలు , విజయాలు, విరక్తులు, అకృత్యాలు, త్యాగాలు, శాంతి మార్గాల అన్వేషణ ఇంకా మరికొన్ని అంశాలు ఈ ఘటనల లో ప్రతిబింబించాయి.

గృహహింస, సైనిక సాహసాలు, ఉగ్రవాదుల అరాచకాలు, మత విద్వేషాలు, పల్లె గాధలు, బానిసత్వం, దాని పర్యవసానాలు, స్వార్ధపరుల రాక్షసత్వాలు, రోగుల... వికలాంగుల ఆత్మ విశ్వాసం, విశిష్ట వ్యక్తుల

వ్యక్తిత్వాలు, ఇంకా అనేక విషయాలు ఈ సమాహారం లో చోటు చేసుకున్నాయి.

కొన్ని సామాజిక, సాంస్కృతిక దురాచారాలకు, వాటి పర్యవసానాలకు ఈ సంఘటనలు దర్పణం పడతాయి. వాటిని ప్రతిఘటించవలసిన అవసరాన్ని తెలియజేస్తాయి.

ఒక మహిళ అమెరికా లో సెటిల్ అయిన తన భర్త మంచితనం మీద కొండంత నమ్మకం పెట్టుకుని, అతనితో తన కాపురం ఒక రంగుల కల లా ఉంటుందని ఊహించుకుంది. కానీ ఏమైంది? అణగారిన ఆశలతో, బ్రతుకు బరువై, గృహ హింసకు గురై, భర్త రాక్షసత్వానికి బలైపోయింది.

కాయ కష్టంతో కుటుంబానికి జీవనాధారమై, బ్రతికే ఒక కర్షకుడు అనుకోని దుర్ఘటన తో అవిటి వాడై ప్రాణాలు విడిచినపుడు, అతని పెద్ద కూతురు ఎన్నో ఆటు పోటులను తట్టుకుని, ఆత్మ విశ్వాసంతో పైకెదిగి, ఆ కుటుంబానికి ఆసరాగా నిలిచింది.

శత్రుత్వం దేశాల మధ్యగాని , ఆయా దేశాల యొక్క సైనికుల మధ్య కాదని, అయినా అవసరమైనప్పుడు, దేశ రక్షణ కోసం, శత్రు సైన్యాల్ని, వారు... వీరు... అనే వివక్షత లేకుండా మా ప్రాణాలను పణంగా పెట్టి, చీల్చి చెండాడుతామని అన్నాడు, ఒక భారత జవాన్.

ఉగ్ర వాదులకు చిక్కి, ఛిద్రమైన బ్రతుకును నెట్టుకొస్తున్న ఓ మహిళను, ఆ ఇనుప సంకెళ్ళ నుంచి తప్పించి, ఆమె జీవితాన్ని అర్ధవంతం చెయ్యాలనే అంతర్గత మధనం తో ప్రాణాలు పణంగా పెట్టి, సాహసించి శత్రు దేశపు భూభాగంలో పలు మార్లు అడుగు పెట్టి, ప్రమాదానికి గుర్రై, ఆ సైనికుడు తన లక్ష్యాన్ని సాధించలేకపోయాడు.

మత విద్వేషాల మధ్య నలిగి పోయింది ఓ ప్రేమ జంట. ఆఫీసులో అవకాశవాద బాస్ పెట్టే చిత్ర హింసలకు తట్టుకోలేక బలవన్మరణంతో అసువులుబాసాడు, ఒక ప్రవాస భారతీయుడు.

భూస్వాముల దోపిడీ నుండి తమ హక్కులను రక్షించుకునేందుకు, అమాయక, బడుగు, అణగారిన వర్గాలను విప్లవ మార్గానికి సమాయత్తం చేయటం, నక్సలిజం యొక్క ప్రధానోద్దేశ్యమయితే, రాను రాను, ఆ సిద్ధాంత ఆచరణలోని కొన్ని అపశృతుల కారణంగా, వ్యవసాయంలో క్రొత్త పోకడలు కనిపెట్టిన ఒక అన్నదాత బలి అయ్యాడు.

అన్నెం పున్నెం తెలియని బాల బాలికలను వారి పాఠశాలలోనే అకారణంగా, అతి కిరాతకంగా కాల్చి చంపాడు ఒక రక్త పిపాసి.

తండ్రులు చేసిన వెట్టి చాకిరీ తో అప్పు తీరక, ఆ వెట్టి చాకిరీకి వారసులై, నికృష్ట జీవితాన్ని వెళ్ళ బుచ్చుతూ, ప్రభుత్వం వెట్టి చాకిరీని రద్దు చేసిందని తెలిసి, తమ హక్కుల కోసం ఎదురు తిరిగిన కష్ట జీవులలో

ఒకరు ఓ ధన మదాంధుడైన జమీందారు యొక్క రాక్షసత్వానికి ఆహుతి అయిపోయారు, మరొకరు... జైలుపాలయ్యారు.

సత్యాన్వేషణ కోసం సన్యసించి, హిమాలయాలలో తపస్సు చేసుకునే మునుల ఆశీస్సులు పొంది, దేశాటనం చేసి, అందులో భాగం గా తాను ఒకప్పుడు ఉపాధ్యాయునిగా పనిచేసిన ఊరును సందర్శించి, ఆ ఊరి ప్రజలకు తన సందేశాన్ని ఉద్బోధ చేశాడు ఒక విశిష్ట వ్యక్తి.

రోగాల బారిన పడినప్పటికీ, అధైర్య పడకుండా, ఆరోగ్యాన్ని కాపాడుకునేందుకు ఏమి చెయ్యాలో, అనుభవ పూర్వకంగా వారు నేర్చుకున్నపాఠాలను ఇతరులకు తెలియజేస్తూ, ఆత్మ నిబ్బరము తో రోజులు గడిపారు కొందరు వ్యక్తులు.

తోటి విద్యార్థుల అవహేళనకు, క్రుంగి పోకుండా, తనలోని లోపాలను, ఆత్మ పరిశీలన చేసుకుని, తన లక్ష్యం వైపు కార్యోన్ముఖుడై, మంచి ఫలితాలను సాధించాడు ఒక యువకుడు.

ఇదీ... నాకు తారసపడ్డ సంఘటనల ఉపసంహారం. ఇంతటితో, 'నీలి నీడల వసంతం' అనే సమాహార కథనం ముగిసింది.

***

www.ingramcontent.com/pod-product-compliance
Lightning Source LLC
LaVergne TN
LVHW020118220825
819277LV00036B/491
* 9 7 8 1 9 5 0 3 9 9 1 6 1 *